KÝ ỨC ĐÔNG DƯƠNG

Vẽ bìa: **Vũ Đình Tuấn**
Thiết kế bìa: **Kim Điệp**

TÔ HOÀI

KÝ ỨC ĐÔNG DƯƠNG

(BÚT KÝ)

Dành cho tuổi trưởng thành

NHÀ XUẤT BẢN KIM ĐỒNG

Cả đất nước
múa *lăm vông*

Các chiến sĩ quân đội nhân dân Lào - hình tượng tiêu biểu những con người của xã hội mới trên đất nước Lào đang đổi mới hôm nay.

Đi đến các đơn vị quân đội nhân dân Lào, qua các làng mạc, các thành phố, trên những dọc đường sông nước đò giang khắp nước, đâu tôi cũng thấy rực rỡ những hình ảnh ấy.

Ở lịch sử chiến đấu của một quân đội cách mạng, ở tinh thần mỗi chiến sĩ và tinh thần cách mạng mỗi chiến sĩ đương bồng bột trong tuổi trẻ cả nước. Ở mọi người mà tôi tiếp xúc, chan chứa tình cảm và tấm lòng nhân dân đối với chiến sĩ, một tình thương mến, một tấm gương tỏa sáng từ đơn vị Lát Sa Vông đầu tiên của quân đội cách mạng Lào.

Tinh thần mới ấy thực sự được bắt nguồn từ truyền thống độc lập quật cường của dân tộc được cách mạng hun đúc, đương đi sâu và phát triển trong mọi lứa tuổi, mọi tầng lớp nhân dân. Nước Cộng hòa Nhân dân Lào đương sôi nổi đứng lên xây dựng và bảo vệ đất nước, mà lực lượng trụ cột là tuổi trẻ cách mạng.

Kể chuyện đất nước, kể chuyện tuổi trẻ đất nước là kể chuyện các chiến sĩ. Tôi đã đến với các chiến sĩ đáng yêu đấy.

Mỗi ngày ở Lào, tôi càng thấy hòa lẫn sâu sắc trong tâm hồn con người sôi nổi cuộc sống cách mạng, bao giờ cũng đượm bóng dáng truyền thống lịch sử của dân tộc, của quê hương. Chỉ có con người thuần phác ấy trong vẻ hiền hòa của cánh đồng, của chùa tháp tĩnh mịch và của cây vườn cây rừng Lào xanh một màu xanh bồng bột lạ lùng.

Trung đoàn X, một trong những đơn vị đương làm nhiệm vụ bảo vệ Thủ đô - các chiến sĩ của Thủ đô Viêng Chăn.

Doanh trại bộ đội thấp thoáng trong vườn xoài như một làng ven nội. Một con suối đục nước mưa mới chảy quanh xóm. Các chị trong xóm ra xúm xít kéo vó. Hoa sen nở đỏ thẫm trên mặt ao thả cá mới đào năm ngoái.

Chúng tôi ngồi trong phòng ban chỉ huy trông ra Viêng Chăn, nghe kể chuyện lịch sử trung đoàn. Cả hai mươi năm phát triển của trung đoàn anh dũng này là hai mươi năm chiến đấu tiến vào Viêng Chăn, cho tới khi thực sự tiến vào giải phóng Viêng Chăn.

Trung đoàn trưởng Sai-nha Súc Cham-pa quê trên Luông Pha-bang, người đã có mặt ở trung đoàn từ những ngày đầu tiên. Khi đó, anh là một thanh niên vừa rời làng quê trên phía Bắc đất nước tìm ra vùng giải phóng gia nhập quân đội cách mạng.

- Vâng, rồi các đồng chí sẽ đến với từng đơn vị của anh em chúng tôi. Nhưng tôi cũng phải phác qua vài nét để các đồng chí hình dung trước được. Trong tình hình hiện nay, quân đội nhân dân Lào chúng tôi trên cả nước đương trong hòa bình, lại cũng đương trong tư thế chuẩn bị chiến đấu. Nhiệm vụ thật phức tạp và nặng nề. Bởi vậy, phải kể đến hai mặt công tác và sự phát triển của quân đội cách mạng trong tình hình mới. Chúng tôi luôn luôn sẵn sàng chiến đấu và chúng tôi cũng ra sức công tác chính trị, xây dựng lực lượng dự bị và tăng gia sản xuất tự túc. Thành tích sáu tháng đầu năm nay của chúng tôi đã đạt được những việc đáng kể. Trước nhất, chúng tôi hoàn thành kế hoạch diễn tập chiến đấu. Chúng tôi giúp các làng, các phố trong vùng đóng quân xây dựng tổ chức thanh niên, phụ nữ, chúng tôi lập cho xã và khu phố nhiều đại hội dân quân tự vệ. Đợt tuyển quân đầu năm, thanh niên thành phố xung phong nhập ngũ rất đông, hơn cả chỉ tiêu cần lấy. Chúng tôi vỡ đất cày ngay trong vùng này thôi, mùa vừa rồi, thu lúa nương, lúa ruộng được năm mươi hai tấn. Đại hội nào cũng đào ao thả cá, nuôi trâu bò và lợn gà vượt kế hoạch dự định.

Những con số, những công việc mang ý nghĩa của một quân đội cách mạng, vừa tiêu biểu tinh thần mới, vừa trở thành sức hút mạnh mẽ đối với xung quanh.

- Mỗi đơn vị trung đoàn chúng tôi đều là hình ảnh sự họp mặt của các dân tộc cả nước. Đơn vị nào cũng có thành tích, được nhiều huân chương đơn vị và cá nhân. Xin mời các đồng chí đến tiểu đoàn 1. Đến đây, có thể thấy rõ hơn lịch sử chiến đấu của trung đoàn chúng tôi. Trong hai mươi năm, tiểu đoàn này đã đánh trên ba trăm trận. Tiểu đoàn 1 đã vào Viêng Chăn hoạt động từ năm 1973 - trước giải phóng hai năm - và bây giờ làm nhiệm vụ bảo vệ Viêng Chăn. Nó chính là tinh thần Viêng Chăn mới, Viêng Chăn cách mạng.

Doanh trại tiểu đoàn 1 trong một vườn cau chen lẫn những bụi trúc. Chúng tôi qua các cánh rừng thưa. Có lẽ ở đây gỗ nhiều hơn tre trúc. Cứ trông nhà cửa thì có thể đoán biết. Các nhà trong làng và doanh trại nhà nào cũng sàn gỗ vách gỗ tốt đen bóng.

Tiểu đoàn trưởng tiểu đoàn I là Thong Sa-vát và chính trị viên Luông Chay, cả hai đều rất trẻ, nước da đen cháy. Câu chuyện được kể trong nét mặt tươi tắn; đôi lúc chợt đăm đăm, mỗi khi các đồng chí nói đến những bước gian khổ phải vượt qua, những đồng đội đã ngã xuống trong chiến đấu.

- Tiểu đoàn chúng tôi được thành lập ở Sầm Nưa năm 1957. Hồi ấy, cũng vào giữa mùa mưa như thế này. Có lẽ không đâu trên thế giới có quân đội cách mạng trải những hoàn cảnh khác thường đặc biệt như quân đội cách mạng Lào. Chúng tôi đã liên tiếp, lúc cầm súng, lúc ngồi bàn hội nghị, rồi lại cầm súng rồi lại hội nghị quân sự phối hợp... Hai mươi năm nay trải nhiều cuộc đấu tranh chính trị, tham dự nhiều chiến dịch lớn, nhưng một điều đặc biệt mà chúng tôi luôn luôn phấn đấu là lúc nào tiểu đoàn chúng tôi cũng giữ được đủ quân số và trong tiểu đoàn bao giờ cũng bao gồm thành phần ba dân tộc Lào Lùm, Lào Thênh, Lào Sủng. Chúng tôi thường nói: tiểu đoàn 1 là nước Lào đoàn kết và chiến đấu, trong bất kỳ hoàn cảnh nào. Ồ, nói thế thì có vẻ lộ bí mật quân sự, nhưng mà đúng như thế.

Những nụ cười nở trên khuôn mặt đen sạm của những ngày gian khổ đã qua.

Đúng là câu chuyện trải dài trên hai mươi năm xây dựng và chiến đấu, lịch sử tiểu đoàn 1 cũng như lịch sử quân đội Lào, khúc khuỷu quanh co trên con đường sự nghiệp của đất nước tiến tới vinh quang ngày nay của dân tộc.

- Thử thách đầu tiên của chúng tôi thật là lạ lùng. Tiểu đoàn của chúng tôi vừa thành lập xong, được lệnh vào đóng trong thành phố Luông Pha-bang năm ấy, theo hiệp định chính trị ký kết với đối phương. Thế là trận đánh thứ nhất không phải trận đánh bằng súng, mà đó là cuộc vật lộn giằng giựt người bằng tư tưởng và chính trị. Bấy giờ, trên mặt trận chính trị, cách mạng đã đấu tranh tiến tới thắng lợi trong một số hiệp định ràng buộc đối phương. Theo hiệp định, đơn vị chúng tôi được vào đóng trong vùng của đối phương. Thế là khởi đầu trận đánh không có tiếng súng, nhưng trận đánh đã diễn hết sức quyết liệt, gay gắt, lay động đến tư tưởng hành động mỗi chiến sĩ và mỗi chiến sĩ bắt buộc phải đối phó. Không phải chúng tôi chỉ bị quân đội đối phương vây bọc bốn phía, mà lúc đầu, ở khu giải phóng vào thành phố, hoàn cảnh đổi khác, nhiều cái hấp dẫn vô cùng đã lôi cuốn người ta. Chúng tôi luôn luôn bị bao trong những âm mưu, thủ đoạn mua chuộc, những dụ dỗ, những dọa dẫm, những ép buộc, đủ thứ. Đối phương ngày ngày dùng mọi cách làm tan rã tinh thần đơn vị chúng tôi. Chúng tôi sống trong cảnh nghẹt thở oái ăm như thế, vừa nửa năm trời. Giữa lúc ấy, tình hình chính trị lại căng thẳng. Chúng tôi được lệnh tức khắc rời ra vùng giải phóng. Chúng tôi bí mật rút quân. Ôi, biết bao nhiêu khó khăn. Không có tiếng súng mà vô cùng vất vả, mà lúc nào cũng lo mất người.

Những lời nói mộc mạc ở những con người mộc mạc - mỗi lời các đồng chí kể càng làm tôi hiểu biết vô vàn nỗi khó khăn, dằn vặt và thấy được các chiến sĩ phải hết sức quyết tâm đi đến dứt khoát, mỗi con người mới có thể giữ được tinh thần chiến sĩ. Tinh thần đó thể hiện bằng một cái lắc đầu, một thái độ khinh bỉ trước những lời đường mật rủ rê, "ở đây có cơm xôi ngon, có nước dừa uống, có cô gái xinh, lấy vợ rồi ở nhà, tội gì mà đi đâu...", "ở đây có chức tước, làm quan to quan bé, có tiền bạc... Hãy ở lại đây, tội gì mà đi đâu chịu gian khổ, nước Lao độc lập hay không độc lập thì có khác gì đâu, cũng chẳng sao mà.

"Các chiến sĩ đã quay mặt đi. Có thể sắp chóng mặt đến nơi. Nhưng không thể nghe thêm một lời tỉ tê giết người như thế nữa!

"Đến bây giờ, mỗi lần nhớ lại, còn giật mình. Chúng tôi đã biết thế nào là cái nguy hiểm của lời đường mật.

"Rồi tình hình đổi khác. Chúng tôi phân tán từng bộ phận, bí mật về Sầm Nưa. Có chiến sĩ đi lạc, chỉ còn một người chạy trong rừng, nhưng cũng nhất quyết không trở lại thành phố. Đến cuối năm ấy, tập hợp lại được đủ các đại đội. Chúng tôi kiểm điểm, tự hào, thấy thế là đã thắng một trận lớn. Các chiến sĩ trên đường rút quân, cả các chiến sĩ rút lẻ loi, không ai quay lại, tất cả đều tìm được về nơi tập kết ở Sầm Nưa.

"Từ đấy, chúng tôi thực sự bước vào cuộc sống chiến đấu và từ đấy tới nay, mười tám năm liền, tiểu đoàn 1 đã có mặt trong hầu hết các chiến dịch lớn, các chiến dịch giải Hua Mường, Mường Hiềm, Nà Khăng...

"Các đồng chí hỏi những kỷ niệm chiến đấu sâu sắc nhất của đơn vị? Trước nhất, chúng tôi phải kể đến chiến dịch Phu Cút 1964. Đối với cả tiểu đoàn, đối với mỗi chiến sĩ, chiến dịch Phu Cút, một thử thách to lớn, cả chiến dịch là một tấm gương chiến đấu vô cùng dũng cảm. Bảy ngày đêm liền, chúng tôi và địch giằng giựt nhau từng sườn núi. Cuối cùng, đến khi chúng tôi chiếm được núi, thì từ trên đỉnh núi trở xuống đã bị bom lở tan hoang và cả rừng cây bao quanh bị cháy rụi hết. Địch tỏa ra, phản công liên tiếp. Chúng tôi bị lộ giữa một vùng trơ trụi, tình thế vô cùng bi đát. Nhưng tinh thần hy sinh cực kỳ dũng cảm của trung đội trưởng Khăm Sinh đã thúc đẩy chúng tôi. Đồng chí Khăm Sinh lúc ấy đã bị thương gãy bả vai. Nhưng Khăm

Sinh nhất định vẫn đứng chỉ huy quân đội. Khăm Sinh hô trung đội tiến lên, trong khi ấy anh xông thẳng vào họng đại liên địch. Địch hoàn toàn tan rã, rút chạy thẳng.

"Năm 1961, chúng tôi đánh chiếm Sa-la Phu-khum rồi chuyển quân đi nơi khác.

"Mười năm sau, năm 1971, chúng tôi trở lại chiếm Sa-la Phu-khum lần nữa. Lần ấy, đóng hẳn lại. Rồi từ Sa-la Phu-khum chúng tôi tấn công sang chiếm Ca Xỉ, Văng Viêng, mở rộng địa bàn, hướng mũi tiến vào Viêng Chăn - tỏ rõ sức mạnh hơn hẳn đối với đối phương.

"Trong khi ấy, một cuộc hiệp thương chính trị mới lại bắt đầu.

"Khí thế quân đội cách mạng bấy giờ rất bồng bột. Đi đến đâu cũng được nhân dân hết sức giúp đỡ. Nghe tin bộ đội đã về, ai cũng tin tưởng chiến thắng tới nơi. Các làng xóm mấy năm nay chạy tản cư vào rừng sâu, bây giờ trở về làng cũ, đón quân đội.

"Nhưng không phải chỉ có dễ dàng chờ đợi chiến thắng đâu. Nhân dân đã biết rõ ràng như thế, vì trong khi đó, địch vẫn phản công mạnh mẽ. Nhiều trận đánh quyết liệt xảy ra. Nhưng ai nấy đều không lùi bước. Tinh thần ủng hộ quân đội cách mạng, đi dân công, đi tải thương, cung cấp cái ăn, cho con em nhập ngũ, những việc làm vì tinh thần yêu nước cao cả ấy của mọi người càng đem cho chúng tôi niềm tin toàn thắng đến nơi rồi, và chúng tôi càng hăng hái chiến đấu.

"Đối phương định phá thế chủ động của ta trong đàm phán. Nhưng tình thế ngày ấy đã không còn cho phép họ có thể làm bất cứ điều gì họ muốn. Chúng tôi được nhân dân hết lòng ủng hộ, càng hoạt động ráo riết. Nhiều đơn vị khác đã tiến sâu vào vùng tạm chiếm với chúng tôi và chỉ một thời gian ngắn, chúng tôi đã có đầy đủ cơ sở nhân dân, cơ sở du kích võ trang ở cả sáu huyện xung quanh Viêng Chăn. Chúng tôi đã ở thế bao vây được Viêng Chăn".

- Có lẽ các đồng chí vào đến ngoại ô Viêng Chăn từ khi hiệp định chính trị 1973 được ký kết?

- Đúng như thế. Chúng tôi có mặt ở ngoại ô Viêng Chăn lúc ấy, đầy đủ các ban chỉ huy đại đội. Rồi đầu năm 1973, chúng tôi được lệnh tiến vào Thủ đô Viêng Chăn làm nhiệm vụ bảo vệ các đồng chí lãnh tụ và cán bộ vào thành phố thi hành hiệp định.

- Các đồng chí lại vào thành phố?

- Chúng tôi lại vào thành phố như đã vào Luông Pha-bang hơn mười năm trước.

- Nhưng bây giờ các đồng chí đã có kinh nghiệm đấu tranh chính trị rồi.

- Vâng, chúng tôi có kinh nghiệm, nhất là kinh nghiệm chiến đấu. Máu các chiến sĩ tiểu đoàn 1 đổ mười năm qua trên các chiến trường đã dạy chúng tôi thế nào là người yêu nước chân chính. Chúng tôi vào Viêng Chăn với tinh thần nhân dân đưa đà cách mạng tiến công vào Viêng Chăn. Ở giữa thành phố chung đụng với đối phương, chúng tôi đấu tranh ngoan cường như ở ngoài chiến trường. Chúng tôi giữ vững vị trí, bảo vệ có thành tích mọi công tác của cách mạng trong đấu tranh chính trị. Chúng tôi đã thắng.

Thế là tiểu đoàn 1 đã ở ngay Viêng Chăn từ đấy cho tới khi thành lập nước Cộng hòa Nhân dân.

- Từ trong Viêng Chăn, chúng tôi đón các đơn vị bạn vào giải phóng Thủ đô, đón Đảng và Chính phủ về Thủ đô, thành lập nước Cộng hòa Nhân dân. Chúng tôi là một trong những đơn vị đầu tiên của quân đội nhân dân Lào được vinh dự sống trong những ngày đầu Thủ đô giải phóng. Trong những ngày Viêng Chăn cực kỳ phấn khởi ấy, chúng tôi đi giữa cả vạn nhân dân thành phố xuống đường hoan nghênh Đảng và Chính phủ. Chúng tôi lại nghĩ lại mười năm trước ở Luông Pha-bang. Chúng tôi thấy vô cùng tự hào. Lòng tự hào của nhân dân về đất nước độc lập, tự do, và lòng tự hào của mỗi chiến sĩ đã trưởng thành trong chiến đấu.

* * *

Tôi đến một đơn vị khác cũng đương bảo vệ Thủ đô - tiểu đoàn 5.

Tiểu đoàn 1 cũng như tiểu đoàn 5 đã giúp chúng tôi hiểu thêm một sự thật. Các chiến sĩ quân đội cách mạng đã làm nên lịch sử. Ngày nay, lại những con người làm nên lịch sử ấy đương tham dự mọi công cuộc đổi mới của xã hội bằng tinh thần chiến sĩ.

Tiểu đoàn 5 khác hẳn tiểu đoàn 1 - một vẻ đặc sắc khác của quân đội Lào.

Nếu từ ngày thành lập rồi trải qua chiến đấu, lúc nào tiểu đoàn 1 cũng nung nấu tinh thần tiến vào giải phóng Viêng Chăn, thì tiểu đoàn 5 là một tiểu đoàn quen thuộc riêng của chiến trường rừng núi Bắc Lào.

Chính trị viên tiểu đoàn Bun Lợt tiếp chúng tôi. Tiếng nói anh nhỏ nhẹ và nét mặt dịu hiền xa xôi như lúc nào cũng thấy lại thoáng bóng núi rừng.

Thật vậy, cả một chuỗi thời gian mười năm dài dặc từ 1962 tới 1972, nhiều đơn vị tác chiến khác đã tham dự các trận đánh vang dội khắp nước Lào, từ Xiêng Khoảng xuống A-tô-pơ miền Nam, trong khi ấy, tiểu đoàn 5, một trong những đơn vị chủ lực của căn cứ địa cách mạng, phụ trách bảo vệ và chiến đấu trong phạm vi các tỉnh Bắc Lào. Nhiệm vụ chính của đơn vị là phòng phỉ, tiễu phỉ, vận động quần chúng xây dựng cơ sở, năm này qua năm khác, từ các vùng dân tộc Dao, dân tộc H'mông, suốt từ Hua Phần sang Phong Sa Lỳ.

Đến giữa năm 1972, cách mạng Lào có chuyển biến lớn, cả nước tiến quân xốc tới. Lần đầu tiên, tiểu đoàn 5 được lệnh rời Sầm Nưa, vượt Xiêng Khoảng, ra Sa-la Phu-khum đánh chiếm Văng Viêng rồi chốt ngay địa bàn ấy, sửa soạn bàn đạp cho các đơn vị chuẩn bị vào bao vây Viêng Chăn.

Tháng 5 năm 1975, cùng các đơn vị bạn, tiểu đoàn 5 tiến vào Viêng Chăn, giải phóng thành phố Thủ đô.

Tình hình những ngày đầu giải phóng còn hết sức phức tạp. Một số trong bọn phản động chạy sang Thái Lan bên kia sông, mưu trở lại quấy rối và thực sự chúng đã hoạt động quấy rối.

Tiểu đoàn 5 được làm nhiệm vụ trấn một mặt thành phố trông ra sông Mê Kông. Xưa kia, trấn giữ căn cứ địa cách mạng cả nước, bây giờ bảo vệ Thủ đô cả nước, vẫn nhiệm vụ ấy. Chiến công đầu tiên của tiểu đoàn 5 trong nhiệm vụ bảo vệ Thủ đô: bắn đắm một giang thuyền của bọn phản động toan đổ bộ chiếm đảo Đon Tầm ngay trước mặt Viêng Chăn.

Tuy nhiên, chúng vẫn chưa từ bỏ những mưu đồ trắng trợn.

Tháng 4 năm 1977 - mới năm ngoái đây thôi, bọn phản động Lào ẩn náu bên Thái Lan, được đế quốc Mỹ giúp, đã táo tợn đổ bộ vào đảo Xiềng Xụ và đảo Đon Tầm ngay hai đầu thành phố Viêng Chăn. Có cả máy bay T.28 trợ lực.

Tiểu đoàn 5 được lệnh tiêu diệt chúng.

Chỉ trong một đêm, mà thật sự chỉ có ba mươi phút chiến đấu lúc tờ mờ sáng, các chiến sĩ vừa bắn pháo, vừa xung phong đổ bộ, đánh tan bọn phản động trên cả hai đảo.

Địch bỏ chạy, không kịp cưỡng bức người theo.

Từ bấy đến giờ, không thấy chúng nho nhoe trở lại nữa.

Kể đến thành tích chiến đấu của tiểu đoàn, chính trị viên Bun Lợt cười và nói một cách tự nhiên:

- Ngày trước, chúng tôi giúp dân và tiễu phỉ trên biên giới, bây giờ công tác của chúng tôi ở thành phố cũng vẫn như ở vùng biên giới thôi. Công việc ngày trước cũng như bây giờ, chúng tôi cũng ở với nhân dân, cùng nhân dân làm mọi việc, trước nhất là tổ chức dân quân tự vệ cho từng địa phương, từng xã. Vì nhận thức được nhiệm vụ như vậy và làm như vậy, chúng tôi tới đâu cũng được nhân dân thương mến, coi như con em trong nhà.

Nhân dân đã tìm và phát động những người giữ súng, thu được hơn một trăm khẩu súng của lính ngụy bỏ lại, đem đến đưa cho bộ đội. Ở Viêng Chăn nhưng chúng tôi vẫn luôn luôn nhớ khi ở chiến khu trong rừng núi. Chúng tôi giữ vững lòng tin chúng tôi là quân đội của nhân dân.

Bộ đội của nhân dân. Những chữ quen thuộc đến tha thiết ấy nói về quân đội nhân dân Lào thật không gì thấm thía hơn thấy trong thực tế công việc hàng ngày của mỗi chiến sĩ. Tôi càng hiểu sâu được ý nghĩa đó, như hôm đến nông trường Nọng Thà của quân đội. Thật nhịp nhàng một cách tự nhiên thấy được thế nào là bộ đội đánh giặc, bộ đội giúp dân giữ làng, bộ đội cày cấy, nuôi trâu, nuôi gà tự túc. Các chiến sĩ làm việc đêm ngày, hôm qua cầm súng, hôm nay đi vớt bèo chăn lợn. Máy móc phương tiện hiện đại chưa có mấy, nhưng tinh thần và sự xốc vác đã tạo nên những thắng lợi bước đầu, bước quyết định. Chỉ hơn một năm, nông trường Nọng Thà đã nuôi được ngót nghìn lợn, có cả lợn và có gà vịt, có trứng bán ra ngoài chợ.

Đến với tiểu đoàn 1, tiểu đoàn 5 hay đến với nông trường Nọng Thà, đâu cũng tỏ rõ một tinh thần: tinh thần vì đất nước xốc vác công việc.

Quân đội trong mọi công tác cách mạng đương là tấm gương tinh thần cho tuổi trẻ khắp nước noi theo.

Trong những ngày đi đến với các đơn vị làm nhiệm vụ bảo vệ Viêng Chăn, tôi đã được tới một đơn vị đặc biệt: đại đội nữ pháo binh của quân đội nhân dân Lào.

Đại đội nữ pháo binh. Không phải một đơn vị bình thường, mà có thể thế giới có một không hai, trong những đơn vị và chiến sĩ giải phóng. Từ những năm còn chiến đấu ở khu giải phóng Sầm Nưa cho tới nay, đã có tới hơn bốn mươi đoàn khách nước ngoài đến thăm đại đội.

Một đại đội nữ của binh chủng pháo đã trải mười tám năm oanh liệt chiến đấu. Trong quân đội cách mạng của sự nghiệp giải phóng của nhiều dân tộc trên thế giới, đại đội pháo binh nữ Lào là một hiện tượng đặc sắc và hiếm quý. Đại đội pháo binh nữ của quân đội nhân dân Lào.

Đối với chính nước Lào, lại càng đặc biệt. Từ nước Lào phong kiến với hình ảnh xưa cũ, những cô gái chỉ biết ngồi quay sợi trên nhà sàn, những cô gái chỉ biết kính cẩn dâng hoa, nhấc tảng đá thiêng trước bàn thờ Phật, đến những bước phát triển của nước Lào cách mạng, có những chiến sĩ nữ cầm súng như nam giới. Câu chuyện hình thành đơn vị nữ pháo binh đã công phu, đã sâu sắc như quá trình đặc biệt của cách mạng Lào.

Bua Khăm, người nữ chiến sĩ đã nhập ngũ và chiến đấu ở đại đội pháo binh nữ từ những ngày đầu đã kể rằng đại đội pháo binh nữ được thành lập trong một cánh rừng ở Xiêng Khoảng. Khi ấy, Bua Khăm mới là một đội viên. Bây giờ Bua Khăm là đại đội trưởng của đại đội pháo binh nữ ấy.

Bua Khăm đã lập gia đình và mới sinh một bé gái đầu lòng năm ngoái. Đồng chí nữ đại đội trưởng áo hồng váy thêu - như váy áo thường thấy của một cô gái trong làng. Nhưng đôi mắt sắc nét, mặt linh lợi, quả quyết với một vẻ hiên ngang và tự tin của người chiến sĩ ròng rã gần mười năm vào sinh ra tử hàng trăm trận đánh - mà trận đánh mới nhất, mới tháng Tư năm ngoái, ở ngay trên bờ sông Mê Kông này - trận đại đội pháo binh nữ phối hợp với tiểu đoàn 5, giải phóng Xiềng Xụ và đảo Đon Tầm.

Đại đội trưởng Bua Khăm kể:

- Đại đội chúng tôi được thành lập ngày 3 tháng 7 năm 1969 ở Xiêng Khoảng. Những trận đầu tiên tấn công địch của đại đội chúng tôi đã xảy ra ở những vùng núi tranh, những cánh đồng Xiêng Khoảng. Trận thứ nhất chúng tôi tham dự mà tôi còn nhớ mãi là trận tấn công tiêu diệt vị trí Phù Đóc May - Phù Đóc May nghĩa là núi Hoa, cái tên núi thật xinh đẹp, thế mà địch đã xây vị trí trên núi ấy rất kiên cố.

Biết bao nhiêu khó khăn và bỡ ngỡ của trận đầu.

"Nhưng chúng tôi biết rằng trận đầu ra quân nhất định phải đánh thắng và trận thắng đầu tiên sẽ tạo được tinh thần và quyết tâm tiêu diệt địch, mở ra được nền nếp xây dựng truyền thống đơn vị. Thật vô cùng gian khổ. Chúng tôi tháo đại bác 72, khiêng từng mảnh, từng bộ phận, khiêng từng quả đạn vào tới vị trí mới lắp lại. Có nơi phải leo nửa ngày đường mới tới chỗ đắp nền đặt được súng. Thế mà vượt được hết và chúng tôi đến vị trí tập kết đúng giờ quy định. Chúng tôi bắn trong ba mươi phút rồi thực hiện hợp đồng tác chiến, chúng tôi cùng bộ binh xung phong vào tiêu diệt hoàn toàn đồn địch, bắt sống được nhiều tù binh.

"Quả nhiên, trận đầu đánh thắng ấy đã kích thích mạnh mẽ tinh thần chúng tôi. Chống máy bay, chống pháo địch, không sợ gì hết. Có hôm, ban ngày hành quân qua đồi tranh, bị máy bay địch phát hiện, chúng tôi tập trung lại, bắn đuổi được một tốp máy bay địch, rồi di chuyển nhanh. Đến khi chúng trở lại đông hơn, hùng hổ hơn, chúng ném bom, bắn loạn xạ xuống vùng đồi hoang. Chúng tôi đã đi xa rồi.

"Chúng tôi tham dự chiến dịch Phu Biêng rồi lại đi mở chiến dịch Phu Phà Tẹc. Suốt chiến dịch Phu Phà Tẹc là mùa mưa. Rừng núi ướt như người, mà thiếu thốn tất cả, đến nỗi quần áo thay cũng đã ướt sẵn. Nhưng chúng tôi hành quân chiến đấu, có khi đi hàng tuần rồi đánh liền một trận hai ngày ròng rã, có lần tiêu diệt đồn địch có công sự ngầm đến bảy thước.

"Trên mặt trận Luông Pha-bang, ta mở chiến dịch giải phóng Xiềng Ngần rồi Xiềng Ngần được giải phóng. Đại đội nữ pháo binh chúng tôi được lệnh ban chỉ huy mặt trận phái vào công tác tuyên truyền nhân dân trong thị trấn mới giải phóng. Hôm đầu tiên tiến vào, người các làng các phố ra đón, ra xem đông nghịt. Thấy bộ đội toàn đàn bà, họ nhìn rất tò mò. Nhưng rồi không nhà nào cho chúng tôi được lên nhà. Chúng tôi đưa mắt nhìn nhau, cười. Đã hiểu vì sao. Chúng tôi căng bạt ngủ ngoài trời và mắc võng dưới sàn. Chúng tôi biết ở các vùng tạm chiếm sâu, nhân dân còn nặng mê tín. Họ sợ đàn bà lạ đường đột vào nhà, là điềm đem đến cho gia đình những điều không tốt lành.

"Sáng hôm sau, có dòng trẻ em đến xem bộ đội giải phóng. Chúng tôi vẫy tay tập hợp các em. Trẻ con thân thiết ngay với bộ đội. Chúng tôi dạy các em hát những bài ca cách mạng. Chúng tôi đưa các em ra suối rửa mặt, tắm sạch sẽ. Rồi cắt móng tay gọn ghẽ cho các em. Rồi áo em nào rách chúng tôi lấy kim chỉ ra vá, đính khuy tươm tất. Tiếng hát ríu rít vang xa. Chẳng mấy lúc, trẻ em đến càng đông.

"Buổi chiều hôm ấy, chúng tôi đã tổ chức được một cuộc mít tinh nhân dân trong xóm.

“Đồng chí đại đội trưởng lên nói chuyện. Chị mặc quân phục, đội mũ lưỡi trai, đeo súng ngắn.

“Bà con vừa ngạc nhiên vừa kính phục, đứng nghe từ đầu đến cuối. Đồng chí ấy nói chuyện cho bà con biết đế quốc Mỹ là kẻ thù của nhân dân Lào, chúng rất nham hiểm, chuyên đi xúi giục người Lào đánh người Lào. Muốn thắng được đế quốc Mỹ, nhân dân Lào phải một lòng đoàn kết, trung thành với cách mạng, quyết tâm đánh Mỹ và bọn tay sai bán nước.

“Chưa bao giờ ở đây có đám mít tinh đông thế, lại thấy bộ đội nữ lên nói trước mọi người giỏi như thế, hay như thế. Tối hôm ấy, chị em chúng tôi được mời tất cả lên nhà nghỉ, nhà nào cũng đến mời.

“Rồi chúng tôi đi khắp các phố trong thị trấn và xung quanh. Chúng tôi vận động nhân dân thành lập các ủy ban địa phương, tìm người tốt ra tổ chức các đoàn thể thanh niên nam nữ. Nhân dân rất hoan nghênh và vẫn chưa ngớt lạ lùng, làm sao mà lại có những người con gái công tác cách mạng được tài giỏi thế, đã cầm súng giết giặc được lại biết làm cán bộ chẳng khác nam giới.

“Đêm hôm chúng tôi rời Xiềng Ngần, nhiều nhà có con gái đã đưa đến cho con đi với chúng tôi làm bộ đội. Chúng tôi chỉ nhận có ba mươi người. Có cô cứ nằng nặc đi theo, đòi được đi, chúng tôi phải nhận thêm.

"Chúng tôi được lệnh tham gia chiến dịch mới. Vùng chiến đấu của chúng tôi bây giờ ra đến tận Sa-la Phu-khum trên đường tiến vào Viêng Chăn.

"Từ Khang Phay ra Sa-la Phu-khum, đi mười ngày đêm liền. Vai vác đạn và các bộ phận của đại bác tháo rời cùng với những bao gạo đủ ăn cả tháng. Chúng tôi tranh thủ chỉ đi trong rừng sâu, tránh đường cái và làng xóm. Thời kỳ ấy các chiến dịch của ta mở ra càng ngày càng lớn, trong khí thế cách mạng tiến về Viêng Chăn. Đế quốc Mỹ điên cuồng đánh đòn liều. Dưới làn mưa tầm tã, máy bay B.52 từng loạt rải bom suốt ngày đêm vào các làng ven đường, vào rừng, và trên khắp các sông suối. Chúng tôi vẫn động viên nhau hăng hái tiến vào mặt trận.

"Địch dàn quân chặn ở Sa-la Phu-khum, có cả xe tăng. Chúng tôi đưa đại bác luồn vào phía sau vị trí của địch. Chập tối, vừa hành quân qua đường cái lớn thì xe địch vận động tới. Đồi cỏ tranh trống trênh, chúng tôi không kịp đi tiếp, sợ lộ. Chúng tôi nằm phục xuống đồi cỏ. Xe địch mở đèn sáng loáng và cứ thế chúng đi qua, không biết gì hết.

"Chúng tôi tiến sâu vào nữa, đến một nơi sườn núi dốc toàn đá. Trèo một quãng cao, rồi nhìn lên, thấy vị trí địch vẫn lồ lộ trên đầu. Lại khiêng súng trèo nữa. Tìm mãi, được một mép núi có vị trí cao hơn chỗ địch đóng quân bên kia. Chúng tôi dừng lại, đào công sự, cắt một tổ canh ngoài để phòng địch tấn công bất ngờ.

"Chúng tôi đợi giờ nổ súng.

"Tôi còn nhớ hôm ấy ngày 22 tháng 2 năm 1973, chờ cả đêm, lại chờ một ngày nữa. Đến sáu giờ chiều hôm ấy, khắp các mặt trận, một lượt nổ súng.

"Chúng tôi đánh suốt đêm và cả ngày hôm sau. Các binh chủng hiệp đồng chiến đấu đã tiêu diệt được tất cả các vị trí đóng quân của địch, bắt nhiều tù binh, bắt được cả ba chiếc xe tăng.

"Chúng tôi nhận nhiệm vụ giải phóng một số tù binh về hậu phương. Chúng nó cứ vừa đi vừa khóc, vừa van lạy. Chúng nó kể: Con đã được nghe người ta nói cách mạng có lính đàn bà, đi trận gặp lính đàn bà thì phải buộc cái váy hay buộc tóc vào súng, các bà ấy bắn sẽ không trúng được mình. Nhưng con không tin có lính đàn bà, không ngờ hôm nay lại gặp các bà. Có đứa mếu máo nói: Nếu biết bên cách mạng có các bà ở trận này chúng con không dám đánh, chúng con phải chạy đã lâu rồi.

"Chiến dịch này kéo dài hơn ba tháng. Bom B.52 Mỹ thả ngày càng liên miên, dữ dội.

"Nhưng cuộc chiến vẫn tiếp diễn.

"Trận sau cùng là trận Mường Xủi. Chúng tôi đánh tiêu diệt hai tiểu đoàn lính dù Thái sang giúp đỡ bọn phản động.

"Ban chỉ huy mặt trận ra lệnh:

- Các đồng chí pháo binh phải tiêu diệt chúng nó ngay tức khắc. Nếu trận đánh của các đồng chí kéo dài quá nửa giờ, các đồng chí phải chịu kỷ luật.

- Làm thế nào, chúng tôi có một đại đội mà đánh được cả tiểu đoàn chúng nó?

- Chúng nó mới xuống dù, chúng ta bất ngờ đánh ngay, nhất định được.

"Thế là chúng tôi đợi đánh quân dù.

"Quả nhiên vậy, địch xuống dù bối rối, loạn xạ, hàng trăm đứa đông như kiến, ngay trước mắt chúng tôi. Có chỗ chỉ cách nơi chúng xuống dù độ trăm thước.

"Chúng tôi lập tức nổ súng, triển khai tất cả các khẩu đội. Địch hốt hoảng không kịp chống đỡ. Thế là chúng nó tan chạy. Các trận địa của các đơn vị khác, đâu cũng bắt được tù binh lạc đến.

"Đại đội nữ pháo binh được huân chương anh dũng hạng nhất về trận chiến thắng đấy.

"Tháng 7 năm 1975, đại đội chúng tôi tới Sa-la Phu-khum chuẩn bị vào giải phóng Viêng Chăn.

"Trước kia, chúng tôi đã đánh địch ở Sa-la Phu-khum, bây giờ có dịp trở lại. Chúng tôi vào các làng bản đã từng quen, bà con ai nấy mừng rỡ: bộ đội cách mạng khỏe thế này, bộ đội nữ vẫn đông vui thế này, nhất định lần này ta giải phóng Viêng Chăn.

"Sang tháng Tám, chúng tôi được lệnh tiến vào Viêng Chăn. Nhưng chúng tôi thực hiện kế hoạch chậm mất một ngày. Chẳng phải vì khó khăn gì, mà chỉ bởi nhân dân ở Sa-la Phu-khum và Ca Xỉ, mọi người biết tin bộ đội tiến quân, cả mấy làng kéo đến tiễn. Thế nào mà lễ tiễn đưa thành cuộc vui hát múa một đêm một ngày rồi mới được đi.

"Sau đó, chúng tôi vào Viêng Chăn và đóng quân ở đây từ ngày ấy."

Khách đến thăm đơn vị, thoạt đầu, chắc không ai có thể nghĩ chỗ này là doanh trại bộ đội.

Cứ tưởng như một xóm ngoại ô quen thuộc mà ta thường gặp bốn phía thành phố. Những bụi trúc lá xanh ngăn ngắt chen lẫn đám cây rừng mọc xô bồ tự nhiên. Bên kia, một vườn xoài cạnh một dãy cây mạy sắc - cây tếch, hoa vàng phơi phới trên nóc lá. Bên trái, một dãy chuồng lợn. Tiếng gà mẹ túc túc gọi đàn con ra kiếm ăn trên bờ ao cá.

Một chiếc máy bay lên thẳng của không quân Lào bay qua. Những con ngỗng nghe thấy tiếng máy bay trên trời lại thấy khách lạ đi tới, cứ nghếch lên kêu quắc quắc từng tiếng. Ngoài vườn, ruộng lúa đã cứng cây, xanh mởn.

Trước cửa mỗi nhà, những cái váy gấu đỏ sậm, những chiếc áo hồng, áo xanh phơi trên sào.

Cạnh đấy, xúm quanh vòi nước, ríu rít tiếng trẻ con tắm. Các cô tóc buông, tóc tết, nét mặt hiền hậu, tha thướt, lặng lẽ vào ra những căn nhà vách gỗ, cửa sổ vuông gọn.

Nếu không trông thấy thỉnh thoảng có một chiếc xe tải cỡ lớn qua cổng doanh trại đến đỗ trước sân, một lái xe nữ mặc quân phục xanh lá cây, đội mũ lưỡi trai bóng nhoáng, mái tóc trễ ngang gáy, nhanh nhẹn bước ra khỏi ca bin, vẫn ngỡ đây đương trong xóm, trong làng, chứ không phải doanh trại.

Đại đội trưởng Bua Khăm mỉm cười, kể tiếp:

- Trận đánh mới nhất của đại đội chúng tôi là tháng Tư năm ngoái đây thôi. Trận đánh chiếm lại đảo Xiềng Xụ, đội nữ pháo binh chúng tôi được tham chiến, phối hợp với tiểu đoàn 5.

Thế mà doanh trại cứ êm ả như trong làng. Chị em ở đây chẳng khác chị em ngồi khung cửi có guồng sợi dưới nhà sàn, khi ta đến bất cứ làng nào.

Vẫn những chị em đó. Nhưng nét truyền thống và cái mới đã hòa hợp trong một tinh thần người phụ nữ Lào. Người phụ nữ Lào đã thay đổi cuộc sống mòn mỏi cũ mà đại đội pháo binh nữ là một tiêu biểu sức mạnh và tinh thần kiên cường của chị em. Sức mạnh của cái mới phát huy trên truyền thống dân tộc tuyệt vời nền nã, yêu thương, như người xưa mà cũng rất hiện đại.

* * *

Những con người dũng cảm của đất nước và của dân tộc - những nhân tố quyết định con người mới Lào. Phong trào cách mạng và tinh thần mới đương rầm rộ khắp nước. Không phải chúng ta chỉ thấy ở Viêng Xay, trung tâm kháng chiến Lào, và ở các khu giải phóng đã biến đổi trong quá trình cách mạng từ ba mươi năm nay và cũng không phải chỉ có ở Viêng Chăn đương đổi mới mà trên khắp đất nước Lào.

Đến các đơn vị quân đội, tôi đã đến với các chiến sĩ, bởi vì hơn đâu hết, ở đâu có bộ đội, ở đấy bộc lộ sức sống phát huy tinh thần mới, ở đấy, trong tình cảnh thắm thiết quân dân, thấy được sức mạnh vĩ đại của dân tộc Lào anh em.

Tiểu đoàn 2 anh hùng không ở những doanh trại vườn cây quanh Thủ đô của các đơn vị bảo vệ thành phố. Tiểu đoàn 2 vẫn như trong thời chiến, có nhiệm vụ cơ động trên mọi miền đất nước. Trong chiến đấu chống Mỹ, tiểu đoàn 2 đã hành quân chiến đấu suốt năm suốt tháng ròng rã từ Nam Lào trên cao nguyên Bô-la-vên lên đến Luông Nậm Thà biên giới phía Bắc. Bây giờ, nơi trú quân của tiểu đoàn 2 cũng như trên đường hành quân của đơn vị, vẫn nguyên hình ảnh những ngày tháng chiến đấu ở khu giải phóng. Tất cả đã trở thành kỷ niệm và truyền thống rèn luyện của tiểu đoàn.

Tiểu đoàn trưởng Khăm Phăn ba mươi tám tuổi, quê ở Nam Pắc Xế.

- Tiểu đoàn 2 chúng tôi chưa khi nào được nghỉ trọn vẹn một tháng. Cả khi trú quân cũng là lúc sẵn sàng nhiệm vụ đột xuất, sẵn sàng lên đường.

Tiểu đoàn 2! Tiểu đoàn 2! Ba chữ "Tiểu đoàn 2" đã gắn liền với lịch sử chiến đấu quân sự của cách mạng Lào từ ba mươi năm nay mà Thao Tu, nhà quân sự tài năng đã là tiểu đoàn trưởng đầu tiên, làm cho tiểu đoàn 2 nổi tiếng khắp nước. Tiểu đoàn trưởng Thao Tu chỉ huy đánh phá vòng vây địch giữa Cánh đồng Chum, đưa tiểu đoàn 2 tiến về khu giải phóng.

Tiểu đoàn 2 đã có mặt trên các chiến dịch khắp nước.

Cả nước và khắp nơi, một thời, những bản tin, những tín điện, những tờ báo lớn trên thế giới, mỗi khi nói đến chiến trường Lào chống đế quốc Mỹ, nghe thật quen những tên chiến dịch đã xảy ra ở Phu Cút, Mường Ngăm, Cánh đồng Chum, Mường Sủi, Long Chẹng, Mường Ca Xỉ, Sa-la Phu-khum... Những tên bình thường, những *sa la ở* ngã ba đường, ở đầu suối, một mường giữa cánh đồng, đã được tiểu đoàn 2 đưa vào lịch sử rực rỡ thành tích của quân đội và nhân dân Lào. Những cái tên xa xôi mà thân thiết đã in khắp trên mình tiểu đoàn với những chiến công chói lọi, hầu như suốt cả cuộc đời chiến đấu của đơn vị, lúc nào cũng nghe quấn quýt trở đi trở lại.

Chính trị viên tiểu đoàn Vi Lay đã đưa tôi đi khắp cả một vùng, những nơi tiểu đoàn trú quân. Tôi có một dịp tốt đẹp thấy được ý nghĩa lịch sử và thiêng liêng, tinh thần quân đội cách mạng từ nhân dân mà ra và sống trong đùm bọc, che chở của nhân dân, trong chiến thắng hôm nay cũng như trải bao gian nguy, từ những ngày cách mạng còn trong trứng nước.

Những cánh rừng thưa, những nương lúa trổ xanh ngát và những ruộng dâu cây cao, mới nhìn tưởng như những cây dại. Những cây dâu ở Lào mà Việt Nam cũng có, nhưng cây dâu trên đất Lào to lớn hơn nhiều. Những cây đề lực lưỡng, những cây me, những lá bàng, lá đại mập mạp trong những trận mưa cứ chốc lại đổ xuống, chốc lại nắng, rồi lại mưa, mưa tưới cho cây mỗi lúc một phổng phao hơn nữa, xanh tốt hơn nữa.

Một con suối chảy vòng dưới chân núi, nước mưa mới còn đỏ ngầu. Ngoài đầu làng, xúm xít mấy em bé và mấy chị kéo vó trong mưa.

Chính trị viên tiểu đoàn Vi Lay nói:

- Chúng ta đương đi theo suối Son.

- Ồ, đây là suối Son!

- Vâng, suối Son trước kia là một vùng tạm chiếm sâu, bị kìm kẹp bốn phía, thế mà lúc nào ở suối Son cũng có cơ sở cách mạng. Trong những thời kỳ đấu tranh chính trị trước đây, mỗi lần có người của ta vào Viêng Chăn dự hội nghị hiệp thương với các phe phái chống đối, bao giờ các cơ sở cách mạng của ta ở suối Son cũng bí mật tổ chức người theo để bảo vệ.

- A,...

- Cách đây mười tám năm, bọn phản động theo lệnh đế quốc Mỹ phá hoại hiệp định. Chính phủ liên hiệp bị tan vỡ. Chúng đã trắng trợn bắt giam đồng chí Xu-pha-nu-vông và nhiều đồng chí lãnh đạo khác của cách mạng hơn một năm trời ở nhà giam Phôn Kèn. Rồi, những người lính gác trại giam được giác ngộ, đã đưa được tất cả các đồng chí vượt ngục ra vùng tự do. Trải bao nhiêu gian nguy, sáu tháng ròng rã, lọt qua hết vòng vây địch, ra tới được khu giải phóng. Nhưng mở đầu cuộc đi vô cùng vất vả ấy, nơi trú chân đầu tiên để chuẩn bị kế hoạch ra khỏi khu giải phóng, chính là ở suối Son này.

Tôi đã đến quãng suối Son mà mười tám năm trước, Chủ tịch Xu-pha-nu-vông và các đồng chí sau khi vượt ngục Phôn Kèn ở Viêng Chăn ra, đã ở với cơ sở cách mạng ở đây suốt một tuần lễ để sửa soạn vượt vùng địch ra khu giải phóng.

Suối Son đến đây thành thác nước đổ xuống một quãng rừng thưa, gồ ghề những tảng đá lớn trải ngang mặt suối tuôn rào rào, như lúc nào cũng đương có cơn mưa lớn giữa rừng.

Các đồng chí cùng đi với tôi hôm nay kể chuyện hồi ấy đương mùa khô, nước suối Son kiệt dòng, chỉ còn róc rách trong khe đá. Mùa mưa và mùa khô ở Lào hoàn toàn trái ngược nhau. Đến mùa khô, sông suối hết nước, cả đến sông lớn Mê Kông nước cũng có khúc lội bộ qua được.

Trên quãng giữa suối, những tảng đá chồng nhau mở ra ngay bên bờ một cửa hang lớn có thành mái che. Đồng chí Xu-pha-nu-vông và các đồng chí cùng vượt ngục đã nghỉ trong hang ấy. Thật kỳ lạ, ngay từ gà gáy đêm hôm các đồng chí thoát khỏi nhà giam Phôn Kèn, địch huy động quân đi lùng, bao vây từ các ngả quanh Viêng Chăn, suốt đến mấy tỉnh bên cạnh, phía Bắc và cả phía Nam, đều trong vòng kiểm soát của chúng. Vùng suối Son nằm lọt trong vòng vây ép dữ dội.

Nhưng ở trong hang đá suối Son, các đồng chí đã được nhân dân đưa cơm nước và sửa soạn cho mọi thứ để đi đường. Những đôi dép nhẹ, quần áo, lương ăn, và cơ sở cách mạng chọn người đưa đường tin cẩn, chọn người đi bắt liên lạc với quân giải phóng về đón, thật tỉ mỉ, thật chi tiết. Trước khi chia tay, cả mấy xóm xung quanh suối Son đã kéo vào rừng. Một lễ *ba xỉ*, lễ buộc chỉ vào cổ tay chúc tốt lành long trọng và thân thiết đã được tổ chức ngay bên suối. Mỗi người đến đều nâng tay các đồng chí lãnh đạo và đều buộc một sợi chỉ mới lấy ở guồng sợi trên sàn đem xuống buộc tay các đồng chí cách mạng yêu quý của đất nước. Các bà, các chị, khăn lễ màu vàng sẫm vắt ngang vai, kính cẩn cúi buộc chỉ, nói những lời chúc kính cẩn như đọc kinh. Chúc cho đi đường bình yên. Chúc cách mạng thắng lợi. Rồi, ngay trong rừng sâu, trước hang đá bên dòng suối Son, những vòng múa *lăm vông* với rượu tiễn, với bao lưu luyến đến quá nửa đêm mới có thể bước chân đi. Quang cảnh bất ngờ không thể tưởng tượng đã diễn ra trong vòng lùng sục ngặt nghèo của địch.

Hôm thăm suối Son rồi trở lại Viêng Chăn, tôi có dịp được gặp đồng chí Chủ tịch Xu-pha-nu-vông. Trong câu chuyện thân mật, khi chúng tôi nói chúng tôi vừa ở suối Son về, đồng chí Chủ tịch ngồi im như lặng nhớ lại những ngày cũ. Rồi đồng chí nói: Những ngày ấy đối với tôi là những ghi nhớ sâu sắc mãi mãi trong đời, bởi vì tôi đã thấy được ở suối Son tình cảm và hành động của nhân dân đối với cách mạng và thấy được thật sự cuộc cách mạng mà Đảng Nhân dân Cách mạng Lào đương tiến hành là của nhân dân, có nhân dân mới có cách mạng, có sự nghiệp của cách mạng.

Trên các tảng đá, trong tiếng nước chảy, hoa rừng bờ suối Son nở vàng hây bốn phía.

Tôi đang đứng giữa vô vàn những tưởng tượng ra cảnh thân thương của người cách mạng với nhân dân trong vòng vây trùng điệp của đế quốc, với bao gian khổ ngày ấy. Cuộc cách mạng của nhân dân Lào đã bắt sâu trong lòng và trong tình cảm con người đến như thế, rõ ràng ngày thắng lợi hôm nay đã được cắt nghĩa từ thuở ấy, trong tin tưởng mãnh liệt và hồn nhiên như sự sống của con người.

Ở suối Son ra, tôi qua một xóm. Từ lúc nghe câu chuyện tình cảm của nhân dân đối với cách mạng, mỗi lúc trông thấy một nếp nhà, tôi lại tưởng như thấy lại câu chuyện tiễn đưa giữa rừng của bà con trong xóm còn như mới hôm qua.

Xóm ấy là xóm Nà Nhàng - như tên mọi làng êm đềm trên các cánh đồng nước Lào. Vào qua xóm cũng thấy như vậy. Một gốc me, một gốc đề cổ thụ, những chiếc thang lên nhà gỗ tốt đã đen bóng. Một cái chum nhỏ đựng nước mưa kề ngay dưới mái hiên đầu thang, có đậy vung cẩn thận, chiếc gáo dừa treo đầu cột. Trong khung cửa sổ nhỏ giữa vách, một cô gái áo hồng đương mang những tấm áo đệm hoa phơi lên thành cửa, lơ đãng nhìn khách qua đường. Tôi nhìn tất cả với một tình cảm thắm thiết. Nơi này và những người làng hiền hậu ấy đã rất cách mạng và làm cách mạng từ trong những ngày gian khổ.

Một đám những cô gái kéo vó bên bờ suối. Một bà già trong xóm bước ra. Một người trông thấy các đồng chí bộ đội, gọi to:

- Đồng chí Khăm Phăn!

- Đồng chí Vi Lay!

Mặc dầu còn phải ra khỏi quãng đường lầy giữa rừng trước lúc trời tối, chúng tôi không thể từ chối được những lời mời ân cần. Chúng tôi ghé vào xóm Nà Nhàng.

Cả xóm tíu tít ra mời bộ đội và khách xa lên ngôi nhà ngay đầu xóm. Chẳng mấy lúc, các bà các chị ở những xóm xung quanh đã đến ngồi kín góc sàn đằng kia. Và mỗi lúc một đông hơn. Khách lạ, nhưng các đồng chí bộ đội thì đã qua lại luôn, như người nhà. Điều rất vui là nghe nói khách xa từ Việt Nam tới, những người vừa bước lên thang gác mới tới đã hớn hở nói: Việt Nam! Việt Nam à...

Một cụ già nói với chúng tôi:

- Hôm nay có đám cưới ở làng trong nên người xóm này đi vắng nhiều, nếu không còn đông nữa.

Cái sàn nhà khách đã chật người, mà chốc lại có người lên thêm.

Một lát, mấy cô gái váy áo mới đã bưng lên những quả dứa mọng nước, chặt núm chặt đuôi, bày giữa nhà. Lại mang ra chiếc mâm bồng xinh xinh, trên đặt những bó hoa *chăm pa* - hoa đại, hoa cúc vạn thọ, và những quả trứng gà vừa luộc, còn bốc khói.

- Có bộ đội Lào và khách quý Việt Nam đến chơi, xóm Nà Nhàng xin chúc hai dân tộc Lào - Việt muôn năm, xin chúc khách đi đường mạnh khỏe.

Thế là lễ *ba xỉ* bắt đầu.

Tôi không thể tưởng tôi lại được hưởng cái vui sướng lạ lùng ấy. Vừa nãy, nghe kể chuyện lễ *ba xỉ* tiễn các đồng chí lãnh tụ cách mạng Lào trong suối Son, bây giờ chính mình lại được chan hòa trong lễ *ba xỉ* thân thiết ấy với người suối Son. Tiểu đoàn trưởng Khăm Phăn và chính trị viên Vi Lay ngồi xếp bằng chân trên chiếu như mỗi chúng tôi. Lần lượt, các bà, các ông cụ, rồi các cô gái trong xóm bước vào, ngồi nghiêng mình xếp một bên chân. Những sợi chỉ mới lấy ở guồng sợi ra được buộc nhẹ nhàng vào cổ tay của mỗi người khách.

Ngoài đầu xóm, mấy cụ già vừa đi ăn cỗ cưới về, nghe có khách Việt Nam tới, bước vội lên nhà, buộc thêm sợi chỉ lên một bên cổ tay khách đã dầy cộm một tệp chỉ.

Những bàn tay giơ ra. Những sợi chỉ tình nghĩa buộc lại. Những bàn tay bên cạnh nâng những bàn tay lên, biểu hiện đoàn kết và kính mến. Ríu rít, thì thầm những lời chúc, lời mong ước. *Sam bay* hạnh phúc. *Sa ma* khi đoàn kết, *Lào - Việt sa ma khi chông cha lơn*, Lào - Việt đoàn kết muôn năm.

Tình cảm Việt - Lào sâu sắc ấy ở một làng Nà Nhàng, cũng như chúng tôi đã được sống trong niềm vui những làng khác bên đường, theo chân mãi, lưu luyến mãi.

Ở Lào, đám cưới thường được tổ chức vào tháng chẵn và vào nửa đầu tháng. Không ai cưới nhau khi trăng khuyết. Tình đoàn kết Việt - Lào đầy hy vọng như trăng non rồi trăng tròn của tục lệ đáng yêu ấy.

Trở lại Viêng Chăn buổi chiều. Viêng Chăn vẫn rộn rã tiếng hát và tiếng trống của những đoàn người, đoàn xe đi hộ đê. Trên máy bay từ Luông Pha-bang về, nhìn bên kia sông tỉnh Nong Khai, Thái Lan trắng xóa nước trước mắt. Phố xá, nhà cửa huyện lỵ Xi Xiêng Mai nổi lên như một hòn đảo. Nước Mê Kông đã ùa vào cả miền Đông Bắc Thái Lan, mà nước vẫn còn lên. Những chiếc thuyền dậu bờ sông, mui cao bồng bềnh hơn mặt đường, như những chiếc thuyền cắt giấy trong phim hoạt họa dán lên mặt nước.

Chúng tôi vào nhìn nước lên trong một phố hẻm đầu ô trổ ra sông. Nhưng trên bờ dưới bến, vẫn mọi cảnh hàng ngày thấy. Trên cái *sa la* hóng mát của phố có đám cột chìa ra sông đã ngập nước gần sát mặt sàn. Người ra nhìn nước lên, đứng lô nhô. Một cây me cổ thụ, nước ngập quanh gốc. Các làng ngoại ô đưa rau quả vào bán trong thành phố.

Những chiếc thuyền chở những buồng chuối ngự. Có thuyền đầy một khoang bưởi. Một thuyền dưa hồng neo vào sát mép đê. Người lội ra víu thuyền vào, đổ hoa quả la liệt trên khắp sân chùa. Trong chùa, một vị sư già, áo cà sa vàng sẫm, ngồi trên cao cất tiếng sang sảng đọc kinh thường nhật ngày rằm. Các cụ già trong xóm, khăn vàng kính cẩn vắt vai, ngồi la liệt khắp chiếu, giỏ hoa đặt trước mặt. Lễ Phật và nghe kinh, mọi người kính cẩn ngồi đến tận lúc lên đèn. Viêng Chăn rộn ràng trong cuộc sống mới, cả trong những lúc khẩn trương chống lụt như thế, vẫn thảnh thơi một vẻ riêng.

Ở trụ sở trong ngõ phố có đội tự vệ túc trực canh đê. Mọi người biết tin bạn Việt Nam tới thăm, đèn bật sáng trưng. Cơn mưa từ chiều đã lác đác nặng hạt, đe dọa mưa to. Nhưng có bạn đến là vui rồi. Trước sân căng lên một chiếc dù - loại dù của Mỹ dùng thả lương thực và đồ dùng xuống các đồn lẻ. Chiếc dù vàng tỏa kín mảnh sân vuông vắn giữa vườn xoài.

Mỗi khu phố Viêng Chăn có một đội dân quân tự vệ được trang bị đầy đủ. Tự vệ phố Sây Khay đã tự sắm sửa lấy súng và mọi phương tiện.

Đội dân quân đã tới, ngồi đứng đông khắp gian phòng rộng. Cả chủ tịch khu phố cũng vừa đến. Các chiến sĩ dân quân tự vệ đều là thanh niên trong phố tham gia. Công nhân xưởng cưa, nhà máy diêm, đạp xe lôi, lái tắc xi, thầy giáo, nhà chài đánh cá, người làm ruộng... Mỗi người một nghề nhưng cùng một tinh thần hăng hái. Đội tự vệ thành lập đã được ba năm, vẫn nguyên một khí thế sôi nổi khẩn trương như những ngày đầu.

Ba năm nay, trung đội phụ trách trật tự, trị an rất đắc lực. Như cả Viêng Chăn, trong khu phố không xảy ra một vụ mất mát, kể cả những cái trộm vặt và không cãi nhau đánh nhau lộn xộn. Ngoài đường phố, đội tự vệ ở Sây Khay chịu trách nhiệm an ninh một dọc ngót mười ki-lô-mét bờ sông Mê Kông đến giáp đảo Đon Chăn.

Trên đất nước Lào, niềm vui biểu hiện thật lòng bao giờ cũng là những cuộc chơi hết mình cùng nhau múa hát, cả đất nước trong múa hát.

Ở đâu các bạn cũng múa hát. Những toán thanh niên đi hộ đê về, quần áo lấm bùn đất vẫn tươi cười gõ lên xẻng bắt nhịp, vừa đi vừa hát.

Tiếng trống *lăm vông*. Vòng múa *lăm vông*. Tiếng trống rập rờn qua mấy vòng múa, các cô dân quân váy đẹp gấu tím óng ánh kim tuyến ra mời khách dẫn đầu *lọp* - đợt múa. Cuộc họp mặt đã thành cuộc múa mà tất cả mọi người đến đây đều cuốn vào.

Những bước chân, những bàn tay uốn một vòng trống lại giục, lại lượn vòng nữa. Những cặp mắt óng ánh nhìn quanh mình không phải chỉ vì bước nhảy, mà vì tình nghĩa và tấm lòng mến khách.

Ai đến sau cũng cứ tự nhiên từng đôi bước vào vòng, đám vui mỗi lúc thêm đông, thêm náo nhiệt.

Một chiếc xe díp Mỹ từ ngoài ngõ xồng xộc vào, phanh đứng ngay cạnh đám chơi. Một chị nhanh nhẹn rời tay lái xe, bước ra.

Đồng chí chủ tịch khu phố giới thiệu:

- Chị Pênh đây là chỉ huy phó trung đội tự vệ.

Thế là Pênh vào đợt múa. Đôi mắt lừ đừ, hai cánh tay vờn, Pênh yểu điệu tình tứ theo nhịp trống Nam Lào rộn ràng.

Tôi hỏi qua bàn tay chào nghiêng:

- Cô Pênh làm gì?

- Em làm ruộng.

Làm ruộng, lái xe díp và múa *lăm vông* bàn tay rỡn lên như sóng. Từ hôm đến Viêng Chăn - thành phố giải phóng được ba năm, đương gỡ mình tiến lên trong cuộc sống mới, hôm nay tôi cảm thấy gặp thật một hài hòa đẹp đẽ của nếp sống con người với cuộc sống hôm nay.

Pênh nói:

- Tình đoàn kết Lào - Việt thì múa một nghìn vòng vẫn chưa nói hết những điều muốn nói.

Đáng nhẽ vui suốt đêm được, nhưng mà bây giờ sắp phải đi canh nước. Em vừa họp trên thành phố về, có lệnh trực suốt sáng. Chúng em xin hẹn hôm nào nước xuống, anh còn ở đây, ta lại mở cuộc vui như hôm nay.

Đã gần nửa đêm, cả đội dân quân bắt tay chúng tôi. Trong một thoáng mắt, đã chia mỗi toán đi mỗi ngả ra bờ sông, giữa lúc trận mưa lớn rào rào xuống.

Tôi trông những người dân quân đi trong mưa. Đột nhiên nhớ ra vùng phố Sây Khay đây rất gần sân bay Vạt Tày. Sân bay dân dụng quốc tế Vạt Tày, mười lăm năm nay, nhiều lần tôi có dịp qua lại. Những năm Viêng Chăn còn chìm đắm trong vùng tạm chiến. Đứng trên gác phòng đợi của sân bay, nhìn ra thấy lính tráng nhung nhăng quần áo vằn vện của bọn Ku-pra-xít, Xi-hổ và những cái T.28 lượn lờ trên trời. Trông vào thành phố, chỉ thấy những rặng dừa lơ thơ, không thấy người.

Hôm nay, Viêng Chăn cách mạng đã thắng lợi. Gặp gỡ những người chiến sĩ, những người con yêu quý của Tổ quốc trong niềm vui chan chứa với đội dân quân tự vệ của thành phố trên con đường và cạnh cái sân bay bây giờ là của mình, của những con người bình thường trong phố này, mới thấy sâu sắc được Viêng Chăn thật là Viêng Chăn.

Mùa thu Luông Pha-bang

Viêng Chăn - Luông Pha-bang, máy bay An-24 bay bốn mươi phút tới vùng trung tâm Bắc Lào. Thế mà đường bộ phải vượt trên bốn trăm ki-lô-mét. Cứ nghĩ vậy đã có thể tưởng ra núi đèo trập trùng như thế nào.

Từ hồ Nậm Ngừm ngược lên, chỉ còn rợn mắt một màu xanh rừng. Cho đến vùng trời Huổi Sài tỉnh Hua Không giáp với Miến Điện, còn hai ngày đường nữa, thế mà đường bay cũng chỉ hơn nửa giờ. Lại vẫn xanh, cả đến những cánh rừng sau cơn mưa chợt hửng, cứ xanh bừng lên. Từ đây đi lên, một vùng Tây Bắc cho tới ngã ba biên giới Miến Điện - Thái Lan, chỉ gặp thấp thoáng vài ba cánh đồng ở Nậm Bạc, ở Nậm Thà, ở Mường Sinh. Rừng, hàng nghìn ki-lô-mét rừng, rừng đương mùa thu, trong mưa xối xả, các cánh rừng càng bồng bột nổi sóng xanh màu xanh lạ lùng. Không ai có thể tưởng ra được màu xanh kỳ lạ và ngỡ ngàng ấy của rừng Lào mùa mưa.

Đầu đằng kia, Viêng Chăn mưa tầm tã, vậy mà, trời Luông Pha-bang rực rỡ nắng lồng cả vào trong thung lũng. Ngang xuống rặng núi bên kia sông, đỉnh rừng nhô qua cửa sổ, nhìn rõ từng gốc cây trắng xanh bóng nắng.

Sân bay Luông Pha-bang vốn chỉ là một sân bay dã chiến của đế quốc Mỹ mở vội vã ra giữa rừng cỏ tranh - có một đường băng hơn nghìn thước, một bốt lính. Không có nhà ga.

Những năm ấy, và càng những năm về sau, cuộc chiến đấu của quân đội cách mạng Lào phát triển, khu du kích và khu giải phóng mở đến tận Xiềng Ngần, cửa ngõ vào Luông Pha-bang. Các thành phố phía Bắc này đều bị chơi vơi giữa vòng vây rừng và khu du kích, ở đâu địch cũng hối hả xây sân bay làm con đường sống cho những thị trấn bị phong tỏa.

Bây giờ, sân bay Luông Pha-bang đổi thay khác hẳn. Trước kia, ở đây là những nơi tung ra tội ác. Trước kia, đấy là lối chạy chết. Bây giờ, đấy là con đường cho mọi người đi, đến thuận tiện trong cuộc sống xây dựng. Từ tội lỗi trở thành điều lành, sân bay Luông Pha-bang bỗng nhiên mang một vẻ đẹp mơ màng mà tôi chưa thấy quang cảnh như thế ở bất kỳ cái ga trời nào những nơi tôi đã được qua. Sân bay ở Luông Pha-bang, ở Sà-và-nà-khẹt, ở Xê Pôn dưới Nam Lào, nó sao mà gần gũi, nó như cái sân trước của nhà mình, bước ra thì lên cửa máy bay.

Thật như thế, người Luông Pha-bang đáp máy bay xuống Thủ đô Viêng Chăn như đi chợ, mang theo những cặp lá trầu không xanh óng, những túi nilông đựng cải xoong, những trái chanh, và cả một cái lồng nhốt con ngỗng. Người ta bảo giống cải xoong nước suối đá quanh Luông Pha-bang và chanh vườn dọc sông Mê Kông quãng trên này mới thật đậm, mới lên hết vị rau ngon, chanh ngon đến thế.

Các bạn Luông Pha-bang bảo tôi không vội vã. Trời chốc mưa chốc nắng thế, không biết giờ bay có đúng được không. Cứ lúc nào nghe tiếng máy bay đến ta ra sân bay cũng vừa. Khách đợi đi đứng tránh nắng mưa dưới cánh máy bay, cạnh cái bọc hàng gửi chất la liệt.

Khi chiếc máy bay vừa cất cánh lên rồi vút đi, trả lại một vùng tĩnh mạc của sân bay, lại nghe tiếng mõ trâu lạc lóc cóc ở một bụi lau nào gần đấy. Một con gà trong đồi cất tiếng gáy trưa - không biết gà rừng hay gà nhà. Tiếng bánh xe lam đưa khách rời sân bay nghe rào rạo, xa xa qua cầu Nậm Khan sang phố.

Trông lên thấy nhà hai bên đường mới biết đã ra khỏi rừng cây, vào thành phố. Ở dưới dòng sông Mê Kông, sông Nậm Khan trông lên phố cũng chỉ thấy bạt ngàn những bụi tre trúc, cây dừa, đôi chỗ có một bậc dốc xuống bến như bất cứ làng nào ven sông. Đến khi thấy thấp thoáng chỏm tháp chùa đỉnh núi Phu Xỉ, mới biết đấy đã vào tới trung tâm Luông Pha-bang. Tất cả các thị trấn, các thành phố nước Lào như đều mọc ra giữa rừng cây.

Luông Pha-bang, thành phố trong vườn dừa và trong bóng xanh rờn vườn chùa những cây *chăm pi* - cây hoa ngọc lan.

Con sông Nậm Khan từ thượng nguồn chảy ra đến đấy còn làm duyên uốn mình một quãng rồi mới chịu hòa vào sông Mê Kông. Trong dải đất hẹp giữa hai triền sông gặp nhau, chỗ đầu nhọn vút ấy là thành phố cổ Luông Pha-bang có núi Phu Xỉ sừng sững giữa phố, mà ra ngó thấy như trái núi mọc đầu nhà. Ở Luông Pha-bang, trông phía nào cũng thấy triền núi và chi chít những nương lúa xanh nhạt dưới bóng mây và nghe tiếng mõ trâu gõ lãng đãng đi qua và những mái chùa kiến trúc Bắc Lào năm lần mái nghiêng chồng lên nhau.

Luông Pha-bang, "thành phố Phật vàng", thành phố trong màu xanh bóng núi, chỉ có hơn hai vạn người nhưng có tới trên năm mươi ngôi chùa. Những rặng cây tếch hoa vàng, những vườn dừa và hoa ngọc lan trắng muốt. Phố trung tâm lượn quanh chân núi Phu Xỉ. Mái chùa cao, ngói mốc đen, ba lần, năm lần xếp chồng nhau.

Khác chùa hai mái ở Viêng Chăn, khác chùa trong Xiêng Khoảng chỉ có một mái đứng - mỗi nơi một kiểu nhưng đâu cũng một kiến trúc Lào, mái và tường rêu phong đen sẫm, không ngói đỏ ngói vàng sặc sỡ như ở một đôi chùa lai Thái, lai Miến dưới kia.

Ở đây cũng như Viêng Chăn, nhưng nghệ thuật ở đây càng thuần Lào hơn, những pho tượng, những tấm khắc trên cửa, những bức tranh vẽ tường, những sự tích chùa chiền vẫn chẳng khác mọi sinh hoạt nhân gian ngoài đời sống.

Pho tượng Phật nằm trên bệ thờ chùa Xiêng Thoong khác nào cô gái Lào nằm ngủ nghiêng người, tay áp má, tay duỗi trên thân mình thật đẹp, hai bàn chân thanh thản xếp bên nhau. Chắc hẳn nhà nghệ sĩ tài hoa nào thời ấy đã khéo gửi hình ảnh người mình yêu vào muôn thuở như thế.

Cuộc sống thường ngày trong công cuộc làm ăn và rong chơi, ngoài đời có múa hát, trong tranh có múa hát, có người và cá sấu múa giỡn, cả trong gian nguy vẫn múa hát. Múa trên hoa sen lá sen, múa trên lưng ngựa, trên đầu voi, trên đầu quỷ...

Những sự tích nhà Phật trên những tranh vẽ tường chùa Vạt May khác đâu mọi cảnh ta hằng thấy ở khắp nơi trên đất nước này: lều chợ bên sông, cạnh hồ sen, người bán cá, bán chuối, người giã gạo, người vác nước. Cả đến cái nhà tô lên đấy cũng hệt ngôi nhà trong làng: nhà bậc thang, đầu mái tranh đặt chiếc chum hứng nước mưa với chiếc gáo múc treo đầu cột.

Bức tranh hay tấm gỗ khắc nào cũng viền voi, ngựa, trâu và lá cỏ, lá sen - đâu cũng gặp những cái hàng ngày như thế, cảnh nhà cửa vẽ trên tường chùa cũng như những dãy phố dài đều đặn từng nếp nhà nửa hai tầng nửa sàn có cửa sổ trông ra núi Phu Xỉ.

Chiếc trống chùa trên núi Phu Xỉ mặt da trâu, đanh gỗ lởm chởm như những con ốc nhồi bám quanh tang trống. Gác trống cất giữa mỏm đá cao nhất. Không biết ngày đêm từ bao đời, cứ cách quãng ba giờ, nhà sư giữ chùa lại thong thả điểm một hồi. Tiếng trống rơi xuống thành phố: Tiếng thu không, tiếng nửa đêm, tiếng thức giấc, tiếng rạng sáng, làm cho thành phố dòng sông như nửa tỉnh nửa mơ trong tiếng đạo, tiếng đời.

Trèo hết ba trăm hai mươi tám bậc đá, lên đến đỉnh núi Phu Xỉ: Trông xuống bốn phía lại vẫn thấy nhà và phố ngập trong bóng dừa, bóng núi và hai dòng sông bắt chéo trước mặt sau lưng.

Khách lững thững trên đường phố Luông Pha-bang một buổi sáng mát sau trận mưa suốt đêm.

Những trận mưa rả rích tưởng như chưa bao giờ hết nước. Thế mà mưa lại dứt hạt lúc nào không biết. Vừa tạnh, trời đất lại ráo trong như mới nguyên. Trong óng đến nỗi tưởng như mình vừa bước tới, thấy được con đường, mái chùa, nếp nhà còn ướp nguyên trong hơi nước mưa và mùi hoa *chăm pi*. Cả thành phố sau mưa thơm mùi hoa ngọc lan. Những cây ngọc lan cổ thụ, sân chùa, vườn chùa nào, đường phố nào cũng có. Mùi hoa chín trong nước mưa thơm nhè nhẹ, không nồng nàn như hương ngọc lan ban đêm. Một dải ngát thoảng như chảy theo người đi, trôi xuống những dòng sông tỏa bốn phía thành phố. Người bước thanh thản trong vườn hoa thơm và thành phố hiền hòa, thành phố giữa mường của vườn cây, của những cánh đồng, những con sông.

Chợt nghe tiếng giã gạo, tiếng vang thong thả từng chày.

Thành phố giữa mường của vườn cây, của những cánh đồng, những dòng sông của các dân tộc anh em quây quần. Không đâu thấy được bức tranh đoàn kết dân tộc tuyệt đẹp như Luông Pha-bang. Cánh đồng và làng dừa của các dân tộc Lào Lùm. Những rừng vùng đầu suối, các dân tộc Lào Thênh. Trên rặng núi xung quanh, như vạc ra những con đường đất đỏ ối qua cánh rừng xanh ngắt tới những bãi bằng trống không, đấy là nơi ở của các dân tộc Lào Sủng - những làng xóm người H'mông từ sáng sớm mù mịt sương đã nghe tiếng khèn nhấp nhô với đám người xuống chợ thành phố xem hội thuyền.

Người nghỉ chân trong những *sa la* trên ngã ba sông xem đoàn thuyền tập để bơi trong ngày hội bơi chải sắp tới.

Từ sáng sớm, lũ lượt người lên rước thuyền - những cái độc mộc sơn then thếp vàng dài hơn ba mươi thước và những chiếc thanh la rộn rã mở đường. Hàng trăm người xúm đẩy thuyền xuống sông. Cả mấy chục chiếc đang mải miết bơi tập. Mỗi thuyền năm mươi lăm tay bơi, bê chèo sơn đỏ khé cùng hòa vang động suốt ngã ba Mê Kông - Nậm Khan.

Thành phố đương sửa soạn ngày hội. Hội mừng ngày mùa. Hàng năm, cấm xong cây lúa xuống ruộng, người ta coi như hết việc đồng. Mùa mưa cứ thong thả đến. Lúa ruộng, lúa nương bây giờ đã xanh bồng bột như cả ngàn rừng cây. Cả nước đã làm mùa xong trước mùa mưa. Bây giờ mở hội. Vui đến độ những làng H'mông đỉnh núi cũng nô nức về xem bơi chải.

Tôi đã trông thấy trên sông phía Pác Xường - cửa sông Nậm Xường ra Mê Kông, một cái bè kết bằng những ống bương tươi vừa ngả xuống. Đầu bè cắm quốc kỳ Cộng hòa Nhân dân Lào, nền xanh rừng và màu đỏ cách mạng phấp phới. Trên mảng ngổn ngang những rọ măng, những bu gà và cả chăn đắp. Ba thanh niên người H'mông áo chẽn đội mũ dạ đứng chênh vênh đẩy mảng xuôi. Những chàng trai ấy từ trên núi xuống, làm mảng bơi về Luông Pha-bang xem hội. Người Lào Sủng vốn không ưa sông nước. Thế mà dám đáp mảng ròng rã mấy ngày về hội bơi.

Luông Pha-bang - nơi tụ tập tiêu biểu sức sống và tình yêu thương của các dân tộc trên miền Bắc đất nước.

Về xem hội bơi chải, người đi qua khắp các làng ở vùng cánh đồng. Men bờ sông Nậm Khan qua cầu, khách đến làng Pha Nom. Một làng nhỏ khiêm tốn cũng như Luông Pha-bang, phải bước vào các xóm trong làng mới thấy được cái đẹp - cũng như duyên thầm của người con gái Lào, nếu chỉ thoáng qua, có khi chưa hiểu thật được. Làng Pha Nom yên lặng trong cây. Qua bên kia rặng trúc xanh rì, loáng thoáng trước mắt những chân cột nhà sàn bắt đầu cuộc sống rộn ràng một làng dân tộc Lự làm ruộng và có nghề canh cửi cổ truyền.

Tôi nhớ ở Lai Châu năm trước, có lần đi công tác trên cao nguyên Sìn Hồ rồi vòng xuống "vùng thấp" cửa sông Nậm Na, giữa đường vào nghỉ chân làng đồng bào Lự.

Những cô gái Lự đi nương về, váy đỏ gấu điều lả tả, rực rỡ trong nắng chiều. Bộn rộn khắp cả nhà, tiếng gà cục tác, tiếng người gọi lợn và khói bếp xanh sẫm đọng ngay trên mái. Làng người Lự thật đầm ấm.

Các cụ già người Lự ở Pha Nom đây kể rằng người Lự đến đất này, cùng với người Lào chung một cánh đồng, có đến ngoài ba, bốn trăm năm rồi, không ai nhớ được chính xác. Đời người lưu lạc qua rừng qua suối đến chỗ đất phẳng kiếm miếng ăn, con người cũng không còn nhớ tên mình, biết đâu tên làng tên đất, tới chốn này gặp tình anh em và có cái sống thì dừng lại, làm nhà ở bên những tảng đá nhấp nhô như những cái vú đá, thì gọi là làng Pha Nom - làng vú đá, thế thôi. Người Lự, vốn khéo tay và cần cù, có ruộng thì cấy lúa, phá được nương thì gieo mố, đi làm ngoài nương ngoài đồng về ngồi sàn đầu nhà lại chẻ mây đan ghế, uốn song tết mâm. Đêm đến, thắp đèn lên, bật bông, nhuộm chỉ, dệt váy, dệt khăn vắt đem bán chợ. Nhưng xưa kia, bị đè nén trong xã hội cũ, người Lự chẳng được làm như việc bây giờ ta ngồi tưởng tượng mà tính gọn ra thế. Cả làng Pha Nom thời ấy đều phải làm một nghề - đàn ông cũng như đàn bà, quanh năm phải vào kinh đô Luông Pha-bang làm tôi tớ trong các cung vua. Làng Pha Nom chuyên nghề đi hầu các vua chúa, đời này qua đời khác, suốt đời bước cắm mắt xuống đầu ngón chân.

Làng Pha Nom bây giờ khác rồi.

Từ những năm cách mạng Lào còn trong bóng tối gian khổ, làng Pha Nom đã được ánh sáng tới, nhen nhúm được cơ sở cách mạng, có người đi khu giải phóng. Hôm nay, các lứa tuổi trẻ Pha Nom đi bộ đội, đi cán bộ, đi học các nơi: Pha Nom, một vùng khuất nẻo xanh bóng trúc, trong làng dừa lủa tủa bờ Nậm Khan, tiếng chim *tăng ló* kêu nghe xa thẳm vào im lặng, tưởng như nơi hoang dã xưa nay chỉ có thế, vậy nhưng Pha Nom không cô đơn, ở Pha Nom có thanh niên xuống Thủ đô Viêng Chăn học đại học. Pha Nom lại có cả thanh niên làm phi công lái các đường bay quốc tế của hãng Hàng không Lào. Pha Nom có thanh niên đi học ở Hà Nội và ở các nước bạn trên thế giới.

Pha Nom như thế đấy. Và đấy cũng là hình ảnh bình thường của bất cứ nơi khuất nẻo nào ở nước Lào bây giờ. Viêng Chăn cũng như Luông Pha-bang, cũng như ở Phôn Hồng, ở Na Nhàng, thiên nhiên như muôn thuở, nhưng con người thì thật sôi động và cuộc đời đương đổi thay.

Có khách đến, làng Pha Nom mở hội giới thiệu những công trình lao động sáng tạo của một làng canh cửi. Tôi đã có lần được thấy những sản phẩm đặc sắc này ở chợ Mới và những cửa hàng ở Viêng Chăn. Những cô gái Pha Nom đương gấp lại những tấm vải màu mới vừa dệt đổ ở cuốn cửi ra. Vuông vải may áo mặc thường ngày, nhuộm chàm và nhuộm lá rừng, cũng đỏ tươi, cũng hoa hiên, đẹp nền nã, ý nhị, bền màu đến tận lúc rách. Những tấm *phe thua* quàng vai màu xanh lồng chỉ kim tuyến lóng lánh các ngày hội. Những gấu váy thêu và những tấm khăn phủ mặt bàn, mặt tủ, phòng khách. Những túi đeo vai dệt hình con gà, đàn chim sặc sỡ, thật duyên dáng và thơ ngây mà khách du lịch nào đến nước Lào cũng phải tìm mua cho được để đeo ngay lên vai.

Cô gái Pha Nom hiền hậu, má đỏ hây, áo sơ mi hồng, cổ áo ve to kiểu mới. Tưởng như mình đến làng nào ở ngoài thành phố Pra-ti-sla-va, gặp những cô gái Slô-vắc xúng xính rực rỡ váy áo dân tộc ra mời khách.

Những cô nàng Pha Nom đương bật bông, đánh con cúi, xe chỉ. Những tấm thổ cẩm thêu hoa màu lục, màu hồng được các cô đem soi lại từng sợi dệt, trước khi giao hàng cho công ty du lịch. Những tiếng cười, những con mắt chứa chan.

Cái vui và công việc rộn rã ấy không phải chỉ thấy ở nơi tiếp khách. Mà qua người làng có thể bắt gặp tình cờ trong mỗi nhà, cũng một cảnh quen mắt. Trên sàn, một bà già guồng sợi, quay mặt ra, chắp tay mỉm cười chào khách. Dưới sàn, cô gái trong khung cửi cắm cúi đưa thoi, bỗng ngừng thoi đưa mắt nhìn khách lạ. Người vào làng bây giờ chỉ có bạn, không phải bọn nhộn nhạo đi bắt lính, không phải lính tráng đi bắt phu, đi sục cái ăn hay đi bắt gái làng ra hầu hạ vua quan. Những con mắt gặp nhau chỉ thấy có quyến luyến. Cuộc sống mới bây giờ yên vui và êm đềm như con thoi đưa, chẳng có gì bất trắc. Người ta đinh ninh biết rằng dệt từ giờ tới chiều thế nào cũng được cuốn cửi.

Làng Pha Nom có nghề dệt thổ cẩm cổ truyền, làng bây giờ không phải như làng ngày trước, cả đời người đàn bà chỉ biết lê quanh cây bật bông và cái chum lá nhuộm. Đời người chỉ biết có dệt áo, dệt váy, dệt chăn đệm, may màn. Con gái đẹp làng Pha Nom bây giờ không phải cả đời quanh quẩn ở làng, đợi ngày lễ bước vào sân cỏ rón rén múa cho cả nhà cả họ mua vui. Không, hàng dệt Pha Nom bán chợ và xuất khẩu. Nghề dệt đương thành một công nghệ. Cô gái Pha Nom bây giờ đi cán bộ, đi học xa. Cô gái Pha Nom ấy cười đáp lời anh bạn Lào cùng đi với chúng tôi, rằng: "Có, Pha Nom chúng tôi bây giờ đã bỏ phong tục se duyên thiên hạ, cũng nhiều chị em lấy chồng xa, lấy chồng đi cán bộ tận Viêng Chăn."

Ruộng hai bên đường đương lên xanh óng. Lúa này, chỉ đến hôm hội bơi chải đã vào đồng. Các làng quanh thành phố vào tổ đổi công từ hai năm nay, đã cấy được hết các chân ruộng.

Đồng chí Chít-ta-vông, người Lào Sủng, phụ trách nông nghiệp tỉnh, nói:

- Tỉnh Luông Pha-bang chúng tôi đã có mười hai hợp tác xã lập thủ. Người H'mông chúng tôi trên núi bây giờ cũng đương đợi. Chỉ còn đợi cán bộ về chỉ dẫn cách vào hợp tác xã.

"Đảng chúng tôi nói nước Lào có mười một tỉnh, tỉnh nào cũng đầy đủ có rừng, có ruộng, có đường nước, có đường bộ, có các dân tộc anh em đoàn kết, như thế thì làm gì cũng được.

"Tôi thấy Đảng chúng tôi nói đúng. Tỉnh Luông Pha-bang có cả ba vùng dân tộc: Lào Lùm, Lào Thênh, Lào Sủng. Ba vùng dân tộc đoàn kết là một sức mạnh. Đồng bào chúng tôi nói: Ba dân tộc đoàn kết, làm gì cũng được. Từ khi giải phóng, không nhà nào đói ăn, làng nào cũng làm trường học, người trong làng ra Luông Pha-bang, đi Viêng Chăn như đi chợ. Chưa bao giờ chúng tôi được yên vui như thế."

Mờ mờ sáng. Mở cửa sổ buồng khách sạn, trông ra vùng đồi trước mặt.

Ở nơi xó núi cùng trời này, nhưng đấy là một khách sạn hiện đại xây theo các khe lượn quanh đồi. Nghe nói kiến trúc sư Pháp vẽ kiểu. Sương mờ giăng xuống, mùa thu đã bắt đầu thực sự. Trên mặt đầm nước những đóa hoa sen vừa nở rữa đêm qua, cánh rụng đỏ thắm mặt nước. Mùi cỏ tranh khô bốc vào khung cửa buồng máy điều hòa vừa im tiếng. Tất cả cho tôi cái ý niệm tương phản dữ dội của cuộc sống trái đất đầu thế kỷ này. Chủ nghĩa xã hội càng phát triển thì bọn đội lốt nó càng lộ mặt và bị vạch mặt. Bọn phản bội ấy cùng với đế quốc chống phá cách mạng, không phải chỉ bằng súng đạn, bằng vu cáo, mà còn biết bao thủ đoạn tinh vi. Những lời lừa lọc khôn khéo cùng với mọi kiểu sống thật mới, đột ngột len lỏi cả vào đến những nơi hoang sơ này. Mấy cô gái lái ô tô nhởn nhơ đường phố Viêng Chăn... Một kiểu đồng hồ Thụy Sĩ mặt vuông trên cổ tay cô gái H'mông gặp ở chợ Phôn Hồng... Những tấm quảng cáo ở ngã ba đường của hãng dầu Sen vỏ sò...

Nhưng mà thôi, chúng đã cút khỏi đất này, không bao giờ có thể trở lại. Mọi huyễn hoặc ấy không thể là cuộc sống tốt lành cho người ta. Ai cũng biết thế.

Đèn điện thành phố trên núi Phu Xỉ, đã mờ vào làn mây mỗi lúc mỗi xuống thấp. Bắt đầu một ngày đầu thu trời mát rợi.

Hôm nay, ngược sông hơn hai mươi ki-lô-mét, tôi lên thăm chùa động đá ở sông Nậm U - một thắng cảnh vùng Luông Pha-bang. Hàng năm, đầu năm mới, người vùng này lên lễ chùa hang. Trên núi ấy có hai chùa và hàng nghìn pho tượng lớn nhỏ, tượng Phật bằng gỗ tạc, bằng đồng đúc. Có tượng từ các đời trước, có tượng của khách thập phương cúng dường đem đến hàng năm.

Đương mùa nước lớn, nhưng dòng Mê Kông trên này hẹp, có những quãng thác ngầm nước chảy xoáy như trong đèn cù.

Lại còn một câu chuyện người Mỹ để lại đây, mà cả vùng Pác U vẫn kể. Quãng đầu 1975, trước khi Luông Pha-bang được giải phóng, có một bọn Mỹ vào du lịch Lào. Cả trai cả gái, đi chùa hang có đến trăm đứa. Chúng đem theo những dọc tẩu và bàn đèn thuốc phiện mua ở chợ Viêng Chăn. Chúng ở lại mấy ngày, ăn ngủ thuốc xái, tiêm xì ke, hỗn độn trong cái *sa la* của chùa giữa rừng. Đến hôm đi, chúng lấy cắp đi tất cả những pho tượng bằng đồng. Bây giờ chùa hang cửa sông Nậm U không còn một cái tượng đồng nào.

Thuyền vẫn ngược nước lên. Tưởng như trông vào đâu bây giờ cũng chỉ còn một màu xanh hoang vu. Không thấy nhà, mà dễ dàng nhận ra làng xóm và phân biệt được trên hai bờ sông, cứ cách rừng một quãng lại qua làng. Chỗ người ở có những bụi trúc xanh biếc. Những vườn bưởi quả rám nắng vàng ửng. Trên xa, lớp lớp những rặng dừa. Đôi chỗ bờ dốc, một thang gỗ bắc đứng xuống mép nước. Mấy đứa trẻ tắm đùa rồi chạy vào bờ lau, cất lên những chiếc lờ cá vừa sập hom.

Dòng sông cứ miên man xuôi, con thuyền ngược ngỡ tới chỗ kia thì cộc núi, đến lúc ngoảnh lại, thấy những tháp chùa vàng trong thành phố cũng đã nấp bóng vào núi mà không biết dòng sông xuôi vào đâu. Thuyền ngược cũng như người và đường đi vào núi, mỗi bước núi lại mở ra cho chân bước và con sông cứ lặng lờ vào giữa những cánh rừng, những làng mạc liên tiếp.

Đã qua Pác Xường. Pác Xường! Pác Xường! Một cửa suối chảy ra sông lớn, đôi dòng phân vân, quãng ngã ba sông nào chẳng vậy. Nhưng qua đấy, đất lịch sử đời người, đời chiến sĩ, nhớ hôm trước thăm tiểu đoàn 1 và tiểu đoàn 2. Những đơn vị anh hùng của quân đội nhân dân Lào đã vào giải phóng đến Pác Xường. Cũng như đại đội pháo binh nữ đã võ trang tuyên truyền vào Xiềng Ngần. Xiềng Ngần, Pác Xường phía này, những cửa ngõ tiến vào Luông Pha-bang. Tôi chỉ được nghe các chiến sĩ kể lại chuyện chiến đấu ngày trước, thế mà trong tình cảnh qua Pác Xường bỗng dưng thấy như chính mình đương trở lại chiến trường cũ, nơi đã từng bị giặc chiếm đóng. Nơi ấy, quân đội cách mạng, các đồng chí Lào đã từng đổ máu. Pác Xường, cửa sông chiến trường ngày trước đương bình yên hôm nay. Trong cửa sông đã từng nhuộm máu chiến sĩ, tôi trông thấy có chiếc thuyền độc mộc từ một bến nhỏ trổ ra xuôi về thành phố, trong khoang chất đầy những trái bưởi, dưa hồng và những đẹp trầu không lá chín xanh già xếp bên cạnh.

Một bà cụ buông mớ tóc bạc, miệng móm mém nhai trầu, thong thả tay chèo.

Lại một đoàn thuyền độc mộc khác lướt xuôi. Vẫn những chiếc thuyền đưa người về Luông Phabang xem bơi chải và đi chợ ngày hội. Tiếng trẻ con cười đùa, nghe lẫn lộn trong tiếng nước réo hai mạn, không biết trẻ đùa trong thuyền hay trẻ đùa trên bến.

Chùa hang trên bờ Mê Kông trông sang cửa Pác U giữa vách đá dựng đứng trên làn nước chảy xiết. Tiếng sóng uôm vang âm thầm vào các hang sâu. Chùa trên chùa dưới, những tảng đá hình voi hình ngựa và tượng ngồi đứng trông ra sông. Một cái tháp cổ nhìn xuống mặt nước như tạc lồi từ vách đá ra. Phong tục người đi lễ thường leo ra đầu núi ấy, dang tay ôm cái tháp đá. Nếu hai bàn tay ai đụng được đầu ngón vào nhau, thế là người ấy được phúc. Cái cớ để mong ước cũng tương tự như ở mọi nơi lễ bái, thờ cúng của các tín ngưỡng trên thế gian này. Vệt tay vòng và chỗ ngồi của người đi ướm tìm điều may mắn, không biết từ bao giờ, đã nhẵn bóng như chùi vào đá.

Những bậc đá đưa lên chùa trên hang cao nhất, dưới bóng những cây *chăm pa*. Mùa này, những cây hoa đại ấy rợp lá, đương chớm hoa. Lối đi thơm mùi cây, mùi nụ của những khóm đại già mọc ra từ vách đá. Tượng Phật âm u giữa những giọt thạch nhũ. Tiếng nước rỏ mà nghe trong vắt. Lại chợt nghĩ đến câu chuyện bọn kẻ trộm người Mỹ năm trước chui rúc ăn nằm trong cái *sa la* thanh vắng ở cửa chùa của rừng kia.

Nhưng bây giờ, nơi thanh vắng tuyệt vời này không hề có một nét vẩn nào gợi lại chuyện ấy. Chỉ nghe ầm ầm tiếng sóng dưới chân. Như những tiếng náo nức xa xôi ngoài đời.

Qua ngã ba sông lên làng Pác U, Pác U cũng như Pha Nom, như Tha La và xóm ngoại ô Sây Khay nữa - đâu cũng cảm thấy như nhau một êm đềm đơn sơ. Buổi trưa đương rực rỡ nắng. Nhưng trong làng mát những cụm hóp đá xanh um. Cây mít cổ thụ. Vườn bưởi sai lúc lỉu quả chín già đã vàng. Bên bờ sông, một nhà gỗ dài lợp mái tôn - các trường học mới làm năm ngoái.

Nhiều người đứng đầu sàn nhìn khách vào xóm. Một ông già chạy ra, tíu tít lấy ghế mời chúng tôi nghỉ chân rồi cụ đi hái bưởi mời khách. Bưởi rơn rớt chua chấm mắm cáy dầm ớt gió. Bọn trẻ con nhanh thế, đã đi hái đâu đem đến một chậu đầy ổi. Hình như đám trẻ ấy đương bẫy chim đằng ven rừng. Có cậu tất tả chạy về còn xách theo cái lồng bẫy nhốt hai con chim *tăng ló*. Con *tăng ló* bộ mã xanh vàng như màu vàng anh, có cặp mỏ phàm ăn to bè, rất ngộ nghĩnh, khoét ngoạm được những miếng ổi chín.

Chẳng mấy lúc, người trong xóm kéo đến, vui chuyện râm ran.

Xóm ở đầu rừng, nhà sàn thấp, cột ngoãm, vách dứng tre, không ván gỗ đẹp như những nhà cửa khang trang vùng ngoại ô. Nhưng thật trái ngược, mọi người ở đây đều mặc váy áo đẹp. Những cô gái áo hồng, cổ bẻ, cặp váy tím sẫm. Ông cụ, áo lụa gốc. Mấy người đàn ông lực lưỡng cởi trần ngồi hút thuốc và lặng lẽ đan lưới. Cái phên thóc phơi ngoài nắng đã được đậy một tấm lưới mà lũ gà con vẫn cố rúc vào mổ... Nhiều gà quá. Nhưng đây không phải làng nghèo, mà sao nhà cửa cứ như tạm bợ thế này.

Tôi đến một nhà cuối xóm, lên sàn cửa ngồi. Hai vợ chồng, một lũ con bé xúm xít quanh khách. Anh hút tẩu thuốc, miệng nhả khói, tay đan lưới. Tôi ngẩng nhìn cái ngoãm cột sàn và thang gác xù xì.

Chủ nhà dường như đoán được ý khách.

- Làng này lính ngụy mấy lần đến đốt, tàu bay Mỹ thả bom hai lần, cháy hết cả rồi.

Anh chỉ tay vào cánh rừng cạnh làng:

- Sang năm thì có nhà mới. Gỗ đã được kéo về ngoài kia.

Tôi lại được thấy một quang cảnh hôm nay bình yên, nhưng mới hôm qua, đây là mặt trận. Những con người gặp tình cờ đương thong thả và yên vui sinh sống đã là những người hôm qua còn đánh giặc.

Một ông già dưới bếp lên, vào ngồi chơi cùng đi với mấy nhà sư áo vàng rộm mặt nước. Ông già cầm tay tôi nói:

- Ngày trước, tôi đã đi dân công theo bộ đội Pa-thét đến Việt Nam.

- Cụ đã đến tận Việt Nam?

Ông già cười:

- Không xa đâu. Theo sông Nậm U này đi lên thì đến.

Trong chiến dịch Tây Bắc và chiến dịch Điện Biên Phủ ngày trước, thường có nghe tin máy bay Pháp đánh phá chặn đường hành quân và tiếp tế của bộ đội và dân công trên sông Nậm U. Phải sông Nậm U này, ngược nước lên đến Phong Sa Lỳ, có một nhánh tạt qua Lai Châu vào Điện Biên. Chính suối Nậm Rốm chảy qua Mường Thanh giữa chiến trường Điện Biên Phủ là một nhánh của sông Nậm U: Nước Nậm Rốm Điện Biên đổ vào Nậm U, chảy đến Luông Pha-bang thì ra Mê Kông. Dòng sông miên man đi khắp nước Lào trước mặt tôi kia có cả nước suối Nậm Rốm từ Điện Biên đến đây...

Trời biển sông nước trăng sao muôn thuở quanh ta đều là những ví dụ, những mong ước, những hy vọng mà con người thường kể đến. Người con trai và người con gái Luông Pha-bang nói những lời ước hẹn, thường hẹn rằng: Có núi

Phu Xỉ giữa thành phố kia làm chứng cho tấm lòng đôi ta. Núi Phu Xỉ như thời gian, như mãi mãi. Hai dân tộc Lào-Việt trải bao đau thương, đã cùng một quyết tâm, một ý chí từ bao đời nay, nước Nậm Rốm ở Điện Biên đổ vào Nậm U chảy đến ngã ba sông Mê Kông Cửu Long này. Không bao giờ khác như thế được.

Thuyền tôi chèo nhởn một vòng vùng cửa sông, qua dưới những vách đá. Lại gặp những mảng người H'mông xuôi về Luông Pha-bang xem hội bơi chải. Tôi thẩn thơ cúi nhìn những đợt sóng nước đương luồn quanh, hình như tôi muốn xem có thể đoán biết được đâu là nước Nậm Rốm từ Lai Châu tới. Thật nực cười. Mối tình thiêng liêng của hai dân tộc, hai tấm lòng như một dòng sông đã hòa vào nhau, làm sao mà tìm thấy được khác.

Bến Thà Đừa

Nhà máy thủy điện Nặm Ngừm, đi về phía thành phố Văng Viêng khu giải phóng, cách Viêng Chăn trên tám mươi ki-lô-mét.

Nặm Ngừm nằm trên ngã ba sông Nặm Ngừm và sông Nặm Ly. Điện thành phố Viêng Chăn lấy từ đấy. Và một phần điện Nặm Ngừm được xuất khẩu sang các tỉnh Đông Bắc Thái Lan. Bốn đường dây cao thế tải điện đi Nong Khai bên Thái Lan qua sông ngang trên bến Thà Đừa.

Hồ nhân tạo Nặm Ngừm cạnh nhà máy thủy điện, dài rộng tới bảy mươi ki-lô-mét vuông. Trên máy bay nhìn xuống, nước tỏa mênh mông vào các triền núi lòng hồ như búp bê hoa quỳ trắng muốt trên nền đá xanh biếc.

Đâu có làn nước thì thấy cuộc sống sông hồ ở đấy. Có lẽ từ năm có hồ nhân tạo ở đây đã thấy từng đàn nhạn nước về bay thấp lẫn với mặt sông. Phía trước, một làn mây mù bay vướng đỉnh núi, mưa rơi mù mịt góc hồ chân rừng bờ bên kia.

Đoàn thuyền chúng tôi đương bơi ngang một hồ có tới hơn trăm hòn đảo rải rác - những đỉnh núi xưa kia bây giờ thành những hòn đảo chơi vơi.

Chúng tôi đi trong hồ tìm đến hai hòn đảo mà người Viêng Chăn và nhiều khách nước ngoài thăm Cộng hòa Nhân dân Lào đã biết tiếng: Đon Thao và Đon Nang - đảo Chàng và đảo Nàng.

Đảo Chàng và đảo Nàng, chàng và nàng.

Tình yêu thương của con người ta, trong xa cách, thường đem nỗi nhớ, niềm hy vọng và niềm tin yêu của mình đặt tên cho thiên nhiên, một ngọn núi, một quãng đèo, một khúc sông.

Ở Thanh Hóa, ở Lạng Sơn có hòn đá Vọng Phu - người đàn bà đội nón bồng con đứng ngóng chồng. Trên một quãng đường ra bán đảo Crưm, trên bờ Bắc Hải, một đỉnh núi được đặt tên là "mặt hoàng hậu Ca-tê-rin Hai", khuôn mặt người đẹp đã vào sử sách. Đầu bãi biển Nha Trang có hai hòn đá: hòn Vợ và hòn Chồng.

Trong đất núi đá chất ngất ven Luông Pha-bang, máy bay lượn theo hướng núi xuống đường băng, không biết ai thương nhớ ai tha thiết đến nhường nào mà núi này được đặt tên là Phu Thao, Phu Nang - núi Chàng và núi Nàng.

Nước Lào, đất nước của những cuộc múa hát, tiếng khèn và tiếng trống, đất nước tình yêu và thương nhớ, dường như ngước nhìn đâu cũng thấy mình và thấy ta, ai thương ai nhớ. Núi Phu Xỉ giữa Luông Pha-bang tượng trưng cho một niềm tin, một ràng buộc những hẹn ước và thề bồi đã thành câu hát: *Anh đi, có núi Phu Xỉ làm chứng... Em thề có núi Phu Xỉ... Bao giờ có Phu Xỉ hết đá...*

Đảo Chàng và đảo Nàng trong hồ Nậm Ngừm là hai cái tên mới được đặt. Tôi không hỏi ai đã đặt tên và tại sao hai hòn đảo trong hồ lại được có cái tên đẹp, tên thương đến như thế. Nhưng tôi hiểu hai chữ Anh và Em ấy chỉ có thể được nghĩ ra từ một tấm lòng thương yêu và một niềm tin, từ những yên vui cuộc đời và những mong muốn hạnh phúc.

Khi Viêng Chăn được giải phóng, có biết bao nhiêu rác rưởi và những khó khăn của xã hội cũ để lại. Ở Lào xưa kia không biết có nạn mại dâm. Nhiễm độc lối sống Mỹ thời ấy, thành phố Lào nhan nhản gái điếm, nạn nghiện ngập lang thang - những con người tội lỗi, những gia đình đau khổ.

Chính quyền cách mạng đã gọi những bụi đời, gái điếm, người nghiện đến. "Các anh, các chị ơi! Xã hội chúng ta quý trọng con người và con người xã hội mới phải biết quý trọng lao động, mọi người trong xã hội mới đều làm việc và sống khỏe mạnh, thật thà, tươi vui. Các anh, các chị có muốn được như thế không?"

Viêng Chăn lúc ấy có cả nghìn người bệnh tật và nghiện hút. Cả nghìn con người hư hỏng đó đều nói: "Chúng tôi muốn được sống tốt đẹp như vậy."

Thế là những con người bấy lâu nay bị xã hội ruồng bỏ được đưa lên hồ Nậm Ngừm. Mấy hòn đảo trong hồ từ đấy có tên là đảo Chàng và đảo Nàng mà không biết ai đã đặt ra. Chỉ biết đấy là những cái tên thơ mộng và thương yêu. Và cuộc sống ở đây giản dị có thế này: học tập đường lối của xã hội tiến lên, học văn hóa, học nghề, để đến khi trở về, ai nấy có được nhận thức mới, không ai còn mù chữ và mỗi người đều biết một nghề.

Thuyền chúng tôi lướt đi giữa làn nước mênh mang, nhưng thật vui mắt. Chốc chốc, một đàn cá thấy động nước, úi lên, nhảy lao xao lấp lánh cả một vùng. Những thanh niên người đảo Chàng đen bóng, ngồi lái máy nổ đuôi tôm trên những chiếc thuyền độc mộc lao vun vút trước mặt. Đây là thuyền các đội sản xuất đi trồng sắn, đi trại chăn nuôi gà, vịt, đi trại cua và đi làm nương ở các đảo mới. Có thuyền đi đốt than và đánh cá về.

Xa xa, một nếp nhà giữa nương sắn. Xưởng máy khâu của chị em đảo Nàng sắp dọn sang đây. Chỉ vì nhà máy thủy điện Nậm Ngừm mới lắp xong được thêm hai *tuyếc bin*. Hồ chứa sẽ dâng thêm mười thước. Khu xưởng may bị mấp mé nước, phải đưa sang cho được cao ráo hơn.

Mỗi lúc thuyền càng lướt sâu vào những cụm đảo xanh rờn. Tôi vẫn chưa hết bỡ ngỡ nghĩ trước kia, chỗ này là những ngọn núi. Nhưng phân biệt ra chỗ nào đảo không người chỗ nào đảo Chàng, đảo Nàng cũng thật dễ. Bởi màu xanh trên những hòn đảo ấy không phải màu xanh hoang vu của những lùm cây còn sót lại mà đấy là màu lúa nương xanh thậm và những vạt đồi sắn xanh rờn đều tăm tắp. Và màu xanh vườn cây, cây xoài, cây tếch, những bụi trúc, bụi chuối đã được trồng chen giữa những gốc sắn, những mái nhà lợp tranh, lợp tôn vuông vắn. Những bến nước mới được xẻ ra, đất đỏ ối. Từng đám khói bếp trên mái nhà lan xuống mặt nước, chưa trông thấy người đã biết ở đây đầm ấm rồi.

Người đón chúng tôi tận đầu bến lên đảo Nàng là chị Kham Tao. Kham Tao quê dưới Nam Lào. Kham Tao được về công tác đây từ năm kia, lúc ấy mới có đợt người đầu tiên đến.

Chúng tôi lên xưởng đan tre mây. Chị em ngồi làm việc trong một khu nhà rộng thoáng. Đầu hiên, đặt thùng nước và cốc uống. Từng đám xúm xít đan mũ, lợp nón. Mọi việc vẫn làm bình thường. Chúng tôi chỉ là người qua thăm tình cờ.

Đồi bên cạnh, tiếng máy khâu đều đều.

Khi chúng tôi rời bến, các cô đang ngồi giặt dưới mảng vẫy tay theo đến tận lúc thuyền khuất sau vườn sắn bên đảo Chàng.

Bên này rộn ràng hẳn lên. Nếu công việc của nữ êm đềm trong nhà thì những chàng trai đảo Chàng có mặt rải rác hầu khắp trên hồ. Đánh cá, làm gỗ, đốt than, làm nương, làm nhà...

Qua trạm xá, đến xưởng rèn. Những cái bễ đỏ rực. Người ra vào tới tấp. Xưởng rèn này làm lấy mọi dụng cụ cho đảo dùng, không phải mua ở ngoài: dao, búa, cuốc, xẻng, chân chì lưới...

Đồng chí Si-chanh Si-ri-vông trong ban phụ trách đương ở lò rèn ra đón khách.

- Nhiều anh làm xưởng rèn đã hết hạn ở trại, xin ở lại làm việc. Bây giờ các anh ấy đã là công nhân nhà nước như chúng tôi.

Trên đỉnh đồi giữa đảo, đương cất một nhà hội trường lớn - hội trường chung cho cả khu vực đảo Chàng và đảo Nàng. Các tốp thợ mộc, thợ tre đương làm mải miết. Dưới bến một mảng vầu được kéo lên. Trong khi ấy, trên nền sân khấu cuối hội trường, giữa những khúc gỗ, những đống tre, những buộc tranh ngổn ngang, đội văn nghệ của hai đảo đương tập các tiết mục vui "Ngày hội nước xuống" sắp tới. Đội văn nghệ tập luyện khẩn trương và hào hứng. Cuối năm nay có hy vọng đội văn nghệ của đảo được về Viêng Chăn biểu diễn ở hội chợ thành phố.

Múa hát, ở đây cũng như ở nơi khác, ở sân trụ sở tự vệ dân quân phố Sây Khay, ở trước cửa doanh trại đại đội nữ pháo binh mỗi chiều thứ bảy, hay ở đảo Chàng đảo Nàng, nơi mà những đau khổ cuộc đời đọng lại đương được suy nghĩ, đấu tranh, lao động để biến đổi con người, niềm vui tươi và mong ước biểu hiện trong một câu hát, một dáng tay, đâu cũng vẫn một nét đáng yêu như thế.

Các cô gái đảo Nàng đương múa và hát bài "Ca ngợi Đảng nhân dân cách mạng Lào". Bàn tay nhẹ nhàng uốn lên theo nhịp trống lướt đi. Những bàn tay, những con người hôm nay trên đảo Chàng và đảo Nàng, cái tên thơ mộng và thơ mộng thực, thơ mộng và yêu đời, làm việc vì cuộc đời.

Tôi đã ghi vào sổ lưu niệm của đảo một câu rằng: Những trái núi trước kia bây giờ còn lại là những hòn đảo con con trong hồ nước, thế mà những bàn tay lao động của những con người đương làm lại cuộc đời mình đã biết chăm chút cày cuốc, vun xới cho những mảnh đất còn sót lại đó thành luống sắn, nương lúa mới, Đảng và Chính phủ Lào đã không bỏ một con người, không sót một dúm đất còn lại trên mặt nước, sự nghiệp lớn của cách mạng Lào đầy truyền thống nhân đạo đã trân trọng từ những chi tiết sâu xa ấy của đời sống xã hội. Dù chỉ còn một người bơ vơ vì những đày đọa của xã hội cũ, cách mạng cũng đem lại cho người ấy một niềm tin, một cuộc sống xứng đáng cuộc sống.

Tôi hỏi Si-chanh Si-ri-vông:

- Còn những người cai nghiện ở chỗ nào?

Si-ri-vông cười:

- Đã lâu không có người đến đây cai nghiện. Cái nhà cai nghiện ngày trước ở gần bếp ấy. Bây giờ bỏ không rồi!

Anh kể cho tôi nghe về người cai thuốc phiện sau cùng rời khỏi đảo này là một anh chàng dân tộc H'mông. Quê anh ta trên núi bị dồn về Phôn Hồng. Khi giải phóng, anh được Chính phủ cho về nhà. Tất cả các làng người Lào Sủng được trở về quê cũ. Anh lại về làng Xiêng Khoảng.

Nhưng vợ anh bảo: Anh bỏ được cái lính rồi nhưng anh chưa bỏ được thuốc phiện. Bây giờ anh phải bỏ được nghiện thì về làng mới còn sức mà dắt con trâu ra nương. Nghe nói Chính phủ có cái nhà chữa nghiện giỏi lắm.

Thế là anh đến đây xin cai nghiện. Vợ anh và hai con cùng đi theo. Ở đảo Chàng và đảo Nàng đã quen cảnh đồng bào vùng cao đến cai nghiện thường đem cả nhà đi theo. Khi khỏi nghiện lại đưa nhau cùng về. Vợ chồng anh ấy về đã lâu.

Hôm đã khỏe mạnh trở về quê, hai vợ chồng đi hết một buổi bắt tay mọi người trên khắp các đảo rồi mới xuống thuyền.

Chúng tôi trở ra, trời và nước vẫn xanh trong. Trận mưa nặng hạt thoảng qua lúc quá trưa bây giờ đã dạt sang bên này núi. Trông về Nậm Ngừm, cái đê ngăn nước vạch một nét thẳng ngang chân rừng. Trên mặt đê, bụi nước cuộn ngùn ngụt như khói. Đương mùa nước lớn, cửa đập đã mở hết các cống xả. Nước xuống reo như thác, bụi nước trắng mù mịt ướt mát cả một vùng.

Một kỹ sư thủy điện đưa chúng tôi thăm nhà máy. Còn một *tuyếc bin* nữa đương được sửa soạn dựng. Cả điện tiêu dùng, điện công nghiệp, điện xuất khẩu, điện cho thủy lợi cánh đồng Viêng Chăn sắp bước vào hợp tác hóa, nguồn điện ở đây còn sức dự trữ lớn hơn nhiều đối với con số đã được sử dụng.

Nguồn thủy điện ở Lào thật cực kỳ phong phú. Cả một bên mình nước Lào nằm tựa dãy Trường Sơn, tỏa ra biết bao nhiêu sông suối. Nghìn năm nay, những sông con chảy ra sông mẹ đã thành đường đi lại cho cả nước. Rồi đây, cách mạng Lào đưa đất nước tiến lên công nông lâm nghiệp, những sông con vẫn chảy vào sông mẹ. Nhưng khoa học hiện đại sẽ đem lại cho chúng một sức sống vô cùng to lớn. Con sông con suối nơi kia còn là dòng nước nhởn nhơ, đến đây đã thành dòng điện, lúc nãy là hoang sơ, bây giờ trở nên một sáng tạo của con người mà sông Nậm Ngừm là một biểu hiện rực rỡ đầu tiên.

Nậm Ngừm chảy qua giữa huyện Phôn Hồng đâu đâu cũng thấy cánh đồng và những làng dừa. Đến một làng ở Lào thường chỉ cần để ý cây dừa mà biết làng này đói hay no. Vào một nhà, chủ bổ dừa mời khách, biết nhà ấy có của ăn của để. Trồng dừa phải mất công xem nom từ lúc dừa còn đương bén lá đuôi lợn. Dừa không phải thứ cây mọc thả dài. Nhà có người làm ra việc mới có cây dừa, thế là nhà ấy có bát ăn. Tôi đã thấy hầu khắp nước Lào, trong làng và trong phố nhà nào cũng trồng dừa.

Trên các cánh đồng ở Phôn Hồng, từ năm ngoái, mương máng đã được đào cho mai kia điện đưa nước thủy điện Nậm Ngừm về làm hai vụ. Từ đây ra cửa Nậm Ngừm, cánh đồng huyện Phôn Hồng phì nhiêu kéo liền hàng trăm ki-lô-mét đường liền. Tỉnh Viêng Chăn có thung lũng cánh đồng Phôn Hồng bao quanh to nhất.

Những cánh đồng đất nước Lào. Người làm ruộng, làm rẫy, đánh cá, trồng bông, trồng dâu nuôi tằm. Ít khi người làng cần ra đến chợ. Cánh đồng và trong làng là một, cánh đồng và làng mạc đã thành phong tục, đượm một thân thiết nối nhau như trong nhà ngoài sân.

Mùa cày cấy vừa xong, quanh những cột nhà sàn *thiêng nà* - cái lều ruộng, còn lấm láp vết thừng buộc trâu, đó là những vết tích công việc vất vả cày cấy và đó cũng là hình ảnh những ngày vui làm mùa đương còn hớn hở trên những vùng lúa bắt đầu xanh rờn.

Bởi vì cánh đồng khó nhọc cũng lại là cánh đồng vui. Cấy và cày ngày ngày chưa xong, cho nên con trâu, cái bừa hôm nào cũng phải để lại dưới cột lều ruộng, mai còn làm. Và người cũng ở lại lều ruộng, cũng bởi mai còn làm. Dưới gầm sân *thiêng nà* sắp sẵn bó mạ và gác cái cày, buộc con trâu. Trên vách *thiêng nà* treo cái khèn, cái trống. Tiếng hát, tiếng khèn, tiếng trống rập rờn các cánh đồng nước Lào vào mùa cày. Mỗi quãng ruộng lại thấy những *thiêng nà*, có trai gái, ngủ đêm lại, đợi buổi cày, buổi cấy ngày mai và đợi buổi tối, người các *thiêng nà* sang chơi các *thiêng nà*, vui hát vui múa, lều ruộng nào cũng xiết bao rộn ràng. Những lều ruộng - những *thiêng nà* của đồng ruộng Lào vào mùa cày cấy, những bài thơ tình dài không bao giờ kể được.

Thác chảy như tiếng guồng tơ quay
Nước đầu núi rơi lấp lánh như mắt em chớp
Chớp trên trời sáng trắng như cánh tay
em đung đưa...

Đi trên những khoảng ruộng xanh mướt huyện Phôn Hồng, đôi chốc lại gặp một quãng rừng thưa cây tếch hoa vàng mờ và những làng xóm đầy bóng dừa liên tiếp hai bờ Nậm Ngừm ra tận cửa sông vào Mê Kông.

Rồi mai kia, mùa gặt tới, cả nhà lại ra *thiêng nà*, các tổ đổi công, các nơi đã có hợp tác xã, cả làng lại ra gặt. Kho lúa chất giữa ruộng - sáu tháng mùa khô ở làng không có mưa, khói cơm chiều và đàn vịt đàn ngỗng la đà nhặt thóc rụng, vừa chập tối đã lại ríu rít tiếng khèn vào vòng múa *lăm vông* đưa cái vui gặt hái đến trên cánh đồng. Niềm vui thật đơn sơ, thật thân thương, như buổi chiều lặng lẽ, mấy đứa trẻ đứng quanh váy mẹ nhìn mẹ cất vó trong ruộng mưa mới như những tên làng gắn bó với nơi ở, những *pác* ngọn, những *nậm*, những *pa*, con suối, con cá, cánh rừng.

Ngoài cửa sông Nậm Ngừm, vẫn một dải những cánh đồng từ Phôn Hồng xuống, đến đây đồng ruộng, bờ sông đã lẫn với những vườn cây rậm rạp như rừng. Bao nhiêu cây ăn quả, vừa tưởng đây thiếu cây ăn quả, vừa tưởng đây thiếu cây gì, lại thấy có cây ấy: những vườn dứa, những cây me, những vườn ổi, vườn xoài, vườn mít, những cây táo mọc hoang, xó xỉnh nào cũng thấy.

Đã ra đến bến Thà Đừa trông sang Nong Khai bên Thái Lan. Ở Nong Khai có đường xe lửa của

U Don, Cò Rạt. Chỉ một đêm xuống tới Băng Cốc. Và người Nong Khai qua sông sang bên này còn kịp vào buổi chợ sớm Viêng Chăn.

Bến Thà Đừa. Bến Thà Đừa, một bến đò thông thường như ta thấy ở bất cứ một bến sông nào, không một vẻ tấp nập, cũng không lạ và hiện đại như thủy điện Nậm Ngừm, không như cảnh đẹp của chùa hang sông Pác U, không như một làng êm đềm trù phú.

Nhưng đây là bến cửa ngõ, địa đầu biên giới có đường thông thương sang bên Thái Lan. Dù vắng, dù đông, trên núi hay trong cánh đồng, khi ta đến những bến sông, những nhà ga, những con đường, những cửa khẩu qua biên giới mỗi đất nước bao giờ cũng gợi trong lòng điều gì băn khoăn.

Năm trước, đọc báo thấy tin về bến Thà Đừa, phía bên Thái Lan lúc mở lúc đóng, không mấy lúc yên. Có khi, lính Thái bắn sang khiêu khích. Đã có lần tàu tuần sông của Thái phạm đường ranh giới, giữa sông, dám đuổi thuyền đánh cá các làng ven bãi, bị pháo tiểu đoàn 5 của quân đội nhân dân Lào bắn đắm, trôi dạt vào đầu bãi đảo Đon Tầm trên Thà Đừa.

Bấy giờ bến Thà Đừa, trên sông mênh mang đỏ ngầu cữ nước lớn, nhưng sóng nước mơ màng đượm vẻ lững lờ.

Trời lất phất mưa thu. Bên nước, một cây me già đứng lặng im, quả chín nâu thẫm trong lá lăn tăn xanh rờn. Như bất cứ cái bến bình thường nào và hình như khác những bến bình thường không có sóng gió, trên bến Thà Đừa xanh cây và nước hợp nhau như lồng bóng. Mấy người khách đến bến đợi sang sông ngồi cạnh hai cô hải quan rỗi việc đứng trong cửa thờ ơ nhìn xuống dòng sông. Bốn năm con đò máy đậu chen trên mặt nước. Trong chiếc cờ nhỏ cắm trên mui, có thể nhận ra đò Lào, hay đò Thái. Một chiếc khác đương sang bên này, tiếng máy nổ ngang sông.

Khách sang đò về bên Nong Khai mới đến, lại tíu tít xuống, vừa cười vừa nói với lại những người đứng trên bờ đi chuyến sau. Người bên Thái sang đi chơi, đi mua sắm, đi buôn, có người mua về bên Nong Khai hai con ngỗng bỏ vào cái bu xẹp, lại xách theo mấy chiếc mâm ăn cơm cao chân bằng mây của người Lự đan thường thấy bán ở chợ Viêng Chăn.

Nhìn những cô gái bước xuống đò sang sông, gấu váy sẫm bồ quân, áo cánh đỏ thật ngỡ ngàng không thể đoán được đấy là người ở bờ bên nào.

Quang cảnh thanh bình trên bến Thà Đừa của nước Lào trong tinh thần và ý nghĩa to lớn của đất nước trước cuộc sống. Nước Lào hòa bình của cuộc sống mới.

Nước Lào quyết giữ cho ngót hai nghìn ki-lô-mét đường nước Mê Kông, dù cho dòng chảy phía Bắc có hung hăng, phía Nam có dịu hiền nhưng phía nào Mê Kông qua nước Lào cũng trôi theo tiếng *khắp khỏng* - tiếng hát thân thương của dòng Mê Kông bình yên qua các bến làng, bến phố, bến cát, bến núi.

Những dây tải điện cao thế xuất khẩu từ nhà máy thủy điện Nặm Ngừm qua sông trên bến Thà Đừa. Tôi nhìn trong mưa bay, những làn dây xa vút sang Thái Lan, mờ mờ liên tiếp những ngọn cột lẫn trong mưa, hình ảnh những suy nghĩ miên man...

Trên cao nguyên Bô-la-vên

Pác-xế, tỉnh lỵ Cham Bát-xác nằm giữa cánh đồng Mường Cần phì nhiêu, những cánh rừng ngây ngất xung quanh núi Ba Chiêng, núi Xa Lâu đỉnh phẳng như xén và núi Giăng Màn lẫn lộn trong màn sương buông ngang; thoạt mới trông đã thấy ra quang cảnh giàu có Nam Lào.

Quãng ấy, sông Xê Đôn từ cao nguyên Bô-la-vên chảy xuống Mê Kông, từng khúc Xê Đôn uốn lên như rỡn, như múa mừng gặp sông mẹ. Thật là thú vị, khách ngồi dưới bóng cây táo cổ thụ đợi máy bay, như ở vườn nhà.

Bô-la-vên, vùng cao nguyên mênh mang hàng vạn ki-lô-mét vuông sừng sững và đột ngột giữa đồng bằng như một huyền thoại. Bô-la-vên mơ màng và sâu thẳm ý nghĩa như huyền thoại! Nhưng trên dãy núi Tê-vê-rê-đa xanh như khói trước mặt, ai biết mới năm năm trước, máy bay B.52 không quân đế quốc Mỹ đã đêm ngày ném bom xuống đấy, rung chuyển rừng núi. Những trận chiến đấu ác liệt, mà quân đội nhân dân Lào và tình nguyện quân Việt Nam đánh cho bọn quân đánh thuê người Thái Lan không thể một phút đặt chân được lên cao nguyên.

Bây giờ Bô-la-vên chỉ có mênh mông im lặng.

Thấp thoáng, nhà mái tôn trong cỏ tranh, cỏ tranh cao ngang cây và mây trắng ngổn ngang từng mảng trước mặt thấp xuống ngang cây. Những chiếc xe bò mải miết xuống Pác-xế, trên chất bắp cải, khoai tây, dưa gang, su su... cả những ôm hoa thược dược, hoa hồng đỏ hây.

Buổi sáng trên đồi A Chau Đê giữa thị trấn Pác Xoong. Sông suối vờn trắng quanh làn cỏ tranh. Ai đã từng xuôi ngược nước Lào từ Nam lên Bắc, đến cao nguyên này sẽ dễ dàng có một nhận xét lý thú: trên đất nước Lào không sao để ý phân biệt kịp thời được con đường và dòng sông, bởi chi chít những nhánh sông từ lưng Trường Sơn xuống phía Tây, đan ngang qua nước Lào ra hòa vào sông mẹ Mê Kông, những mạng lưới đường nước ấy còn nhiều hơn đường đất, cứ đứt quãng lại chắp nối với đường đất. Người ta đi trên đường, rồi người ta đi trên nước, đường đất và đường nước nối nhau tự nhiên cứ thế chi chít khắp nơi.

Có lẽ vì được đất đai và nước hài hòa thế mà cao nguyên Bô-la-vên đất đỏ sẫm. Rừng sa nhân và nương ngô bạt ngàn của người dân tộc Nha Hớn, người dân tộc La-vên. Và từ ngày trước, cà phê các đồn điền Bô-la-vên đã nổi tiếng nước ngoài.

Giữa thành phố mà chỉ có lặng im, không có gì cả. Xưa kia, Pác Xoong đã từng là phường phố mà bây giờ hoàn toàn hoang tàn. Nhìn mãi tít vào trong thung lũng mới thấy thấp thoáng một mái nhà, có bóng người đụng đậy trước cửa. Rất lâu, nghe tiếng pang, pang xa xa đưa đến. Người đương chặt củi. Chỉ nghe mỗi tiếng chặt củi, không một tiếng gì khác.

Mới hôm qua, tôi ở Pác-xế đi trong quang cảnh chợ cửa sông trên bến dưới thuyền ngổn ngang những xe bò dưa hấu từ Pác Xoong xuống. Bây giờ lại đương qua một vùng rừng vàng, hình ảnh lẫn lộn nơi trù phú xưa kia và những công cuộc phát triển ngày nay, đâu đâu cũng thấy được những tội ác, tàn lụi và những cái mới đương chen lấn nhau. Người đi với biết bao suy nghĩ.

Hồi đầu thế kỷ, khi Pháp mới xâm lược Đông Dương, nó đã chú trọng ngay tới những tài nguyên khác thường của cao nguyên Bô-la-vên. Ở đây mỗi gò đất đỏ xuộm đầy hàng trăm thước, màu mỡ như xắn ra được, từ các khuỷu sườn đồi. Bởi vậy bọn thực dân Pháp đã không chịu chỉ cướp của giết người quanh các cánh đồng và cửa sông. Nó đã đánh hơi thấy bao nhiêu của cải tiềm tàng nơi rừng hoang. Thế là vùng đất đỏ bắt đầu được khai phá thành từng dải đồn điền cà phê. Những người nông dân nghèo tận đồng bằng sông Hồng, sông Mã miền Bắc Việt Nam cũng lũ lượt kéo sang Lào bán sức kiếm miếng ăn. Những cơ ngơi huy hoàng của kẻ cướp và chúa đất thời ấy bây giờ họa hoằn còn dấu vết ở một mảnh tường đá chơ vơ cạnh đồi, ở vài cây cà phê, mít và cây chè còn lại, tất cả như đương cố sống nghển lên trên đám cỏ tranh, để cho cuộc sống mới biết đến ta.

Tưởng như cả đến mỗi làn mây trắng ngà bay trên cao nguyên đầy truyền thuyết này cũng mang lại những cổ tích và mỗi phong tục cổ vẫn còn lại trong từng gốc cây mà người nào cũng nhớ, ai cũng ao ước. Ai làm được nhà cho trăm người con trai đến ở, nhà ai nhiều chiêng nhất, nhà ấy giàu... Mồ mả người Bô-la-vên xưa nay chôn cất cả ở đầu xóm. Trên nấm mộ cũng cất lên nhà một gian tề chỉnh, theo phong tục có trâu, bò, lợn, gà buộc quanh. Bô-la-vên, tiếng La-vên có nghĩa: chỗ người La-vên ở, người sống và người chết cùng quây quần ở.

Bô-la-vên! Bô-la-vên! Trên vùng đồi của núi trông ra bốn phía cao nguyên một màu xanh chắn ngang tầm mắt. Đường đi A-tô-pư vẫn hun hút màu xanh ấy, trên màu xanh giàu có và đất đỏ phì nhiêu kia đã bắt đầu mọc lên những công trình mới mẻ của nước Lào độc lập.

Các đội sản xuất của các nông trường rải rác trong thung lũng. Những mái nhà tranh mới ở chụm dưới gốc mít cổ thụ, những cây mít rừng đã có tuổi trăm năm trở ra. Những đàn bò nông trường nhấp nhô đi lẫn vào trong lùm cỏ như sóng cỏ xanh và sóng lưng bò vàng nhau.

Nông trường 08 ở Mạc Nao, cuộc sống mới đã trỗi dậy từ 1978. Sáu đội sản xuất gồm hơn tám trăm công nhân ở với gia đình. Đầu năm nay, trồng xong 460 héc-ta cà phê, 60 héc-ta chè, 10 héc-ta canh-ki-na thí điểm... Nông trường nuôi đợt đầu trên năm trăm bò... Gà lợn lúc nhúc táo tác quanh các khu nhà ở. Trước cửa mỗi nhà, xanh mướt vườn lúa mố và những luống khoai tây và cả những cụm hoa hồng, hoa lay ơn.

Tôi ghé vào đội 1. Cái vui tai đầu tiên, ấy là trong nhà trẻ ríu rít những tiếng cười, tiếng trẻ hờn. Rồi những tách chè ngon của Bô-la-vên được đưa mời khách.

Vẫn giữa những phì nhiêu còn đơn sơ mà những công trình con người dựng lên chưa thấm tháp được là bao. Gió ào ào qua một vạt cỏ tranh nhô lên tấm biển xi măng mốc rêu. Hàng chữ Pháp đắp nổi: Thành phố Pác Xoong. Nhưng trước mặt vẫn không thấy nhà cửa đâu. Chỉ có cỏ tranh, cỏ tranh... Máy bay B.52 giặc Mỹ đã san bằng cả thành phố giữa cao nguyên này. Chỉ còn mấy nền nhà, cái khung cầu chợ. Ngoài đầu ô, vài nhà người dân tộc Nha Hớn và ở chợ, một bà già người Việt quê ở Phủ Lý, trước làm phu đồn điền, bây giờ đi buôn hoa trái xuống Pác-xế.

Người ta kể, cho đến năm 1975, Pác Xoong cũng đã vắng vẻ, nhưng vẫn còn một dãy phố, một cái chợ, một đài nước. Nhưng rồi cuộc xâm lược của đế quốc Mỹ tràn đến. Bọn đánh thuê Thái Lan vượt sông Mê Kông sang. Lính bù nhìn Thiệu nống lên. Máy bay B.52 rải thảm cả vào rừng núi, hỗ trợ cho bọn đánh thuê tiến lên Pác Xoong. Pác Xoong chỉ còn có một tấm biển xi măng trơ trọi giữa rừng cỏ tranh như thế. Nhưng quân xâm lược cũng không đặt chân tới được.

Ngày nay, phía ngoài thành phố đã bị tàn phá, trông sang bên kia đồi có nghĩa trang liệt sĩ Lào-Việt - mối tình đoàn kết quốc tế thiêng liêng. Những nấm mồ chiến sĩ tượng trưng cho hình ảnh và tinh thần bước mở đầu cuộc sống Bô-la-vên hôm nay. Thường ngày có người đến đặt hoa mới viếng các liệt sĩ.

Đứng cửa núi Pác Xoong mà thấy ra đêm cao nguyên trong vắt, nhẹ thênh, ngỡ là tất cả đất trời thênh thang tụ lại ở chỗ chơi vơi này. Tự nhiên, trời không cơn mà mưa, mưa như không biết từ đâu tới. Tiếng dào dạt thật xa rồi thật gần. Cao nguyên bỗng ấm áp lên trong mưa đêm.

Thấy trên các phía lên đồi thấp thoáng ánh đèn trong mưa. Người xách đèn đi tới. Điều lạ lùng là ban ngày chỉ có hoang vắng, thế mà, đêm đến, người ở đâu kéo ra lắm thế. Đây là các nhóm người Nha Hớn, người La-vên, thanh niên các nông trường, các cơ quan huyện, các bạn ấy nghe tin có khách xa đến, rủ nhau lên múa hát vui với khách - phong tục quý của đất nước Lào, mà cả đến những nơi khuất nẻo này cũng vẫn đượm nếp sống đẹp như giữa Thủ đô Viêng Chăn.

Đã quá nửa đêm, cuộc múa *lăm vông* vẫn đầm ấm trong tiếng mưa. Tiếng hát, tiếng khèn, tiếng chiêng trộn lẫn tiếng mưa. Trên sàn nhà khách, những vòng múa hát cứ nối tiếp triền miên tưởng không bao có thể dứt, không biết đến đêm, mưa đêm. Bộ gõ rộ lên, bộ gõ bằng da trâu làm lấy. *Lăm vông* ở một vùng hẻo lánh mà đã thấy khéo. Những chắp tay cám ơn, đôi mắt đắm đuối qua hai bàn tay chắp. Những làn mắt đan vào nhau, tìm nhau, tiễn đưa và gặp lại, thấy ở bước nhảy, ở những cánh tay, ngón tay. Ở cuộc múa ở Sây Khay trên Viêng Chăn, tôi đã được nghe nói *lăm vông* Nam Lào múa phóng khoáng kiểu cách riêng, bây giờ mới được thấy tận nơi.

Chúng tôi nghỉ một vòng, ngồi uống rượu và nếm ngô luộc - lớp ngô đầu mùa, ngọt như mật, mỗi bắp to dài bằng cánh tay.

Đồng chí Nơn, bí thư huyện, người dân tộc Nha Hớn, cũng trạc tuổi tôi, trải qua hai cuộc kháng chiến, tóc đã bạc, nhưng vẫn múa dẻo. Bước ra vòng múa, chắp tay kéo áo, lịch sự với cô gái mời múa, như một chàng trai trẻ.

Bây giờ chúng tôi ngồi nói chuyện.

- Huyện tôi có bốn *tà sẻng* (xã) với 85 làng. Hơn hai vạn nhân khẩu, không kể người các nông trường, công trường nhà nước.

- Tình hình bây giờ thế nào?

- Thế nào à? Đi học từ năm 1976 tới nay, đã ăn mừng xóa xong nạn mù chữ cả huyện.

- Thưa đồng chí, tình hình có gì nữa?

- Chúng tôi có hợp tác xã thí điểm của 51 nhà ở Huổi Cong.

- Khó khăn ra sao nhỉ?

- Nào ngô, nào lợn gà, các nhà không ăn hết mà không có chợ, không ai lên mua, chẳng nhẽ phải đưa xuống tận Pác-xế, xa quá không đi được.

Đồng chí Nơn cười hồn nhiên. Cái cười vui lây sang cả khách và chung quanh. Chúng tôi cùng cười. Ngoài vòng *lăm vông* cũng cười hát với những mùa xuân của đời người đã về trên cao nguyên trong đêm đầm ấm hơi mưa.

Viêng Chăn hôm nay

Giữa mùa mưa, cơn mưa cơn nắng cứ nối nhau từng quãng, xanh thẫm rừng Lào.

Trên sông Mê Kông, trông sang phố huyện Xi Xiêng Mai bên kia, trông thấy liên tiếp một dãy nhà sàn mái tôn úp xuống kề mép nước.

Tiếng một bài hát Thái thánh thót như chui lên từ dưới mặt nước đương vần vũ, đỏ ngầu. Nước lũ tràn vào đã lụt khắp tỉnh Nong Khai và vùng Đông Bắc Thái Lan - bờ Mê Kông phía ấy, thấp chênh hẳn xuống.

Và nước cũng mấp mé vào thành phố Viêng Chăn.

Trên đảo Đon Chăn giữa sông, những vườn cây rậm rạp mọi khi, bây giờ chỉ còn phơ phất mấy chòm lá đương bị ngọn sóng đánh táp đi. Mỗi lúc nhìn ra đầu phố, những chiếc sà lan neo đấy hôm qua còn lấp ló, bây giờ đã bềnh lên, trông rõ cửa bồng với chiếc ván gỗ bắc cầu.

Nước Mê Kông mênh mang lên, nước Mê Kông thong thả xuôi đi. Những cây me, những cây bàng, những cây đề cổ thụ dọc bờ sông, nước lên cuốn quanh gốc. Nhưng vòm lá vẫn xanh om.

Người trong phố ra những cái *sa la* - quán nghỉ chân, cỏ sàn gỗ ngang ra mặt nước, nhìn nước lên trước mặt. Như mỗi buổi chiều nắng, cả nước Lào đâu cũng thấy mặt trời lặn bên Tây sông.

Cây đại trước cửa chùa nở hoa trắng lốm đốm mặt nước. Những chiếc thuyền đuôi cá từ ngoại ô tíu tít vào bến, đưa lên bờ những buồng chuối, những mớ rau cải sớm. Cuộc sống thành phố ấy thật bình thường bên cạnh nước mấp mé lụt lội đến nơi.

Viêng Chăn không lặng lẽ thế đâu. Mê Kông nguồn từ Tây Tạng, cùng gốc với Dương Tử và sông Hằng, dài ba nghìn ki-lô-mét thân mình. Thế mà đã có cả một nghìn tám trăm năm mươi ki-lô-mét đường nước qua đất Lào. Nhưng cũng không thể đem cái lo toan của con người ở với sông suối dữ dội vùng sông Hồng quê tôi đến đây mà trông, mà nghĩ về nước lên ở con trường giang này.

Đến mùa mưa, nước Mê Kông dù có lên tràn bờ rồi nước cũng lại rút, xưa rày vẫn thế.

Con trạch đê chạy dọc bờ sông thành phố mới đắp năm ngoái. Công trình của nhân dân lần đầu tiên biểu hiện sức mạnh con người chống nạn nước. Bởi vì Mê Kông vốn chưa bao giờ cần có con đê. Năm 1966, nước ngập Viêng Chăn.

Cả thành phố một tháng chạy lên trú vùng đất cao quanh Tháp Luông.

Năm nay, lại có nước lớn. Nhưng cách mạng bảo: Thành phố chúng ta không thể bị lụt. Cả thành phố đã đi chặn nước.

Viêng Chăn như lặng tờ. Nhưng thật ra Viêng Chăn đương sôi nổi. Viêng Chăn thế đấy.

Viêng Chăn của cảnh đẹp và di tích lịch sử, có sức sống với dáng dấp riêng của mình. Mọi sinh hoạt bình thường, xe cộ, chợ búa, cửa hàng cửa hiệu bên những hoạt động của cán bộ, các cơ quan, bộ đội, công nhân nhà máy, tự vệ dân quân khu phố, học sinh nhộn nhịp ra canh giữ, đắp thêm những quãng đê yếu. Từng đoàn ô tô đầy người với tiếng hát, tiếng trống. Không phải tiếng ngũ liên rợn sông Hồng vào mùa nước, mà tiếng nhịp bằng hai bàn tay đệm thoang thoảng cho tiếng hát.

Những tiếng trống bập bùng trên đoàn xe từ xa xa ra bờ sông. Tiếng động cơ rền trong tiếng hát và tiếng trống. Đoàn người hộ đê vừa đi vừa hát. Cuốc, xẻng vác vai cũng trở thành tiếng trống đệm tiếng hát.

Nước Lào chống lụt trong tiếng trống và tiếng hát bồng bột.

Trong nét hiền hòa của con người và thiên nhiên - ngay những ngày mưa và cả mùa mưa tầm tã, những mưa cơn mưa trận ở đây cũng đượm một khuôn mặt, một ánh mắt dìu dịu mỗi người tôi gặp - vẻ hiền hòa trầm tĩnh, kiên nghị.

Và một tình cảm cách mạng thật hồn nhiên.

Tôi đã hiểu như thế, từ lúc gặp ở sân bay Vạt Tày, một cô gái Viêng Chăn vừa đi học nước ngoài về.

Tôi hỏi:

- Cô xa nhà đã mấy năm?

- Em xa nhà từ năm em lên mười.

- Đến bây giờ là bao nhiêu năm?

- Mười bốn năm.

- Em về thăm mẹ mấy lần rồi?

- Ngày ấy, em ra vùng giải phóng Sầm Nưa, học văn hóa xong, em đi học bác sĩ.

- Đến bây giờ mới trở lại Viêng Chăn?

Cô cười thùy mị và gật đầu. Cô ghi vào sổ tay tôi một cách tự nhiên "Cô Bun Hiêng, bác sĩ, số nhà 82 Sây Khay...". Lúc chia tay, vẫn nụ cười hiền và lặng lẽ ấy, cô thong thả xách va-li ra cửa ga, rồi cô lặng lẽ qua dưới bóng những cây bàng, như người đi chợ về. Không thấy một thoáng ngơ ngác của người đi mười bốn năm mới trở lại thành phố quê hương.

Ấy chỉ là cái trông thấy. Viêng Chăn còn bao nhiêu bề ngoài ngỡ như trái ngược. Công việc khẩn trương của một thành phố hộ đê, người đã sắp đẩy cả thuyền ngoài sông vào trong phố mà tất cả cứ tưng bừng trong tiếng hát. Như cô bác sĩ Bun Hiêng đi học tốt nghiệp về phục vụ, biết bao xôn xao, sôi nổi, thiết tha mà lại thể hiện trong những bước đi thanh thản, bình lặng.

Viêng Chăn - những tán bàng xanh mởn, con đường hoa ban đỏ, những đầu đao mái chùa cong như những ánh lửa nhỏ rỡn lên. Cốt cách của thành phố cổ kính xưa nay vẫn một nét, chỉ có một ấy, trước bao biến cố trái ngược ngoài đời.

Những ngược đời, những nghịch cảnh mà tôi đã thấy ở miền Nam đất nước tôi và ở Viêng Chăn càng cho tôi thấm thía rằng cách mạng Việt Nam cũng như cách mạng Lào, sau hơn ba mươi năm chiến đấu chống kẻ thù chung, chúng ta có những niềm, những thông cảm, những suy nghĩ và tâm sự như nhau từ Việt Bắc, từ Hà Nội hay từ khu căn cứ trung tâm của kháng chiến Lào ở Hua Phăn đến Viêng Chăn giải phóng ngày nay.

Viêng Chăn có nhiều xe kiểu du lịch của Tây Đức và Ý. Ở đống rác bờ sông, có cả xác ô tô. Một dạo, các nước phương Tây đổ hàng hóa vào đây, khoe của với rừng núi, các hãng đem ô tô đến bán chịu cho trả dần vừa biếu phiếu mua xăng. Kỳ lạ, và bởi kỳ lạ vậy nên mới có những cảnh trái khoáy: một thành phố hành chính bé nhỏ, khuất nẻo ở một nước nông nghiệp còn cày cuốc và chọc lỗ gieo hạt, xung quanh phố xá vẫn còn đất chưa khai phá, thế mà có vô khối những xe Fi-át 1974 đỏ nối đuôi ở cửa chợ Hôm, chợ Mai, chợ Vạt Tày chen nhau với hàng trăm cái *sam-lô*, cái xe lôi từ mồ ma thời Pháp thuộc hơn ba mươi năm trước thấy ở Sài Gòn, ở Phnôm Pênh mà nay vẫn lĩnh kĩnh đi trên đường phố nước Lào. Ô tô mác mới có nhiều, nhưng cũng chưa nhiều bằng những cái xe lôi cổ lỗ ấy.

Ngót trăm năm thực dân Pháp chiếm nước Lào, cả nước Lào không có nổi hai trường trung học. Trên hai mươi năm đế quốc Mỹ tràn vào Lào, phố xá Viêng Chăn chưa có cống rãnh và hè phố thành hệ thống. Bên dãy nhà sàn ngập ngụa trong lầy lội nhoi lên những tầng nhà ăn, nhà ngủ hiện đại. Cao lầu Tầu Tân Đào Viên, hiệu ăn Nhật Také, những khách sạn Apollo, Inter... tiệm nhảy Lex... đứng giữa ao rau muống. Đêm mưa, hôm tôi mới tới, đêm trên lầu khách sạn Apollo, khuya vẫn chưa chợp mắt. Ngờ đâu đây vẫn còn xập xình nhạc hộp đêm. Hóa ra tiếng ễnh ương, chẳng chuộc kêu trong mưa đầu mùa hạ.

Trong đêm tối, lại hiện ra một nước Lào đau thương đứng im giữa bóng rừng. Thế mà, thời đế quốc Mỹ ở Viêng Chăn, có lúc chỉ riêng sứ quán Mỹ, nhân viên ngoại giao và tình báo các loại đội lốt hành chính đã lên tới con số nghìn. Chẳng ai lạ những mưu kế hòng đánh phá cách mạng Lào, khống chế và thủ tiêu những lực lượng dân tộc tiến bộ, nuôi phỉ Vàng Pao. Đây là những thủ đoạn hiểm độc to lớn. Bây giờ, người Viêng Chăn vẫn kể nhiều chuyện lặt vặt về người Mỹ đến Viêng Chăn. Họ công tác ở những ngành nào không biết, nhưng ai cũng làm ba việc giống nhau: một buôn lậu thuốc phiện; hai là buôn vàng đem về thị trường vàng Sài Gòn; ba là quanh năm thuê thợ mộc đóng giường tủ, bàn ghế bằng gỗ tếch, gỗ trắc, đóng từng kiện hàng tạ hàng tấn đồ gỗ như thế gửi về Mỹ, mà gửi theo cách gửi hàng ngoại giao (khỏi bị thuế và cước). Ai ở Viêng Chăn cũng đều biết ba việc làm quá quen ấy của người Mỹ thời Mỹ ở Viêng Chăn. Thời ấy, Viêng Chăn như cái chợ đầu bến cưa rừng cho kẻ cướp Mỹ đi buôn.

Dọc bờ sông hôm nay, còn lác đác những nhà hàng khách ngồi ăn uống kề ngay trên mặt nước. Những quán buổi chiều người ăn chơi ra hóng mát, ngắm mặt trời lặn bên kia sông. Nhưng, cũng bây giờ vẫn còn thấy, trong cảnh nghèo khó của người lao động, có nét ủ dột riêng: khắp phố phường, đi rều rễu những chiếc xe ô kính hàng rong quà vặt đựng múi bưởi, khâu mía, nắm lạc luộc, cái chuông lắc buồn bã... chỉ thấy đi không thấy dừng lại bán.

Hình thù những ngày tháng ê chề cũ...

Nhưng không phải Viêng Chăn chỉ có thế. Một Viêng Chăn thật Viêng Chăn của cô bác sĩ Bun Hiêng, kể cả trong những ngày tháng cũ, cũng không chỉ rặt những éo le và phù phiếm bề ngoài.

Viêng Chăn với truyền thống nghìn năm phát triển của dân tộc Lào trên hai bờ sông Mê Kông lúc nào cũng tỏ rõ sức sống của mình.

Thành phố trong rừng cây, Viêng Chăn mang hình bóng những thành phố bờ sông đẹp một vẻ Lào, tất cả các con đường trong thành phố đều chạy ra mép nước.

Ngót hai nghìn ki-lô-mét đường nước, Mê Kông chỉ có sông nhánh từ một phía Trường Sơn đổ ra: Nậm Khan, Nậm Ngừm trên Bắc xuống, sông Sê-ban-hiêng sông Sê Đôn dưới Nam rồi cái chấm cùng hùng vĩ là thác Ly-phi - thác Khôn, cả một dòng sông lớn ào ạt luồn sáu đợt núi ra, tiếng nước quanh năm rền như sấm.

Các thành phố Lào, các trung tâm kinh tế, văn hóa đều ngồi trên bờ nước. Những dòng sông cả nước trở thành con đường giao lưu. Từ sông trục Mê Kông vào các sông nhánh, bao nhiêu đường nước chằng chịt, man mác. Từ thuở xưa, trên những đường nước ấy, người đi vừa trèo vừa hát đường trường. Bài khèn sông Nậm U, bài khèn xuôi sông Sê-ban-hiêng, với những giọng *khắp* hát theo bờ sông xuôi ngược. Tiếng đồn hát *khắp* Nậm Ngừm - tiếng hát Nậm Ngừm, *khắp* Khỏng - tiếng hát sông Mê Kông, tiếng hát sông Mê Kông dạt dào xuống tận vùng Khỏng-sê-đôn bốn nghìn hòn đảo rải trên mặt nước.

Viêng Chăn trong mùa mưa nước Lào. Mỗi ngày mỗi đêm, khi mưa khi không chợt nắng, chợt rào rào. Hoa lá cũng như theo mưa nắng mà đậm nhạt từng lúc. Những cây ban hoa đỏ. Những tán bàng xanh mởn. Những vừng hoa sen nở đỏ thậm. Xanh lá xanh mượt, xanh thăm thẳm như kéo dài qua dòng sông sang tận bên kia nước Thái Lan có rặng tếch mờ như khói trong làn hoa vàng rắc phấn. Viêng Chăn, Viêng Chăn trước thiên nhiên vẫn nguyên khuôn mặt đáng yêu tưởng như đã tự bao giờ. Bởi vậy, những nét khỏe của cuộc sống mới tô đậm vào trời đất ấy, là một điều tự nhiên.

Trong bóng chiều, bóng cây xanh ngắt xanh ngơ, những chị em đi hộ đê về, áo hồng, váy lượn sóng gấu tím. Các cô thong thả bước, vai vác cuốc, cánh tay trần. Lời hát ngày xưa rằng: *Chớp trên trời sáng trắng như cánh tay em đung đưa* - bây giờ vẫn trông thấy trong hình dáng em, em đi mà đã như em vui múa.

Viêng Chăn, thành phố những chùa những tháp công trình nghệ thuật dân gian. Từ những năm 1641 - 1642, đoàn thuyền của lái buôn Hà Lan Giê-nít Van Oen-stôp ngược sông Mê Kông lên Viêng Chăn đã được dự một đêm hội thuyền, người phương Tây có công nghiệp sớm cũng phải ngạc nhiên trước cảnh hùng vĩ "Khi trời vừa tối, hàng mấy trăm chiếc thuyền người chèo người đốt đuốc, cuộc bơi thi bắt đầu quanh những chiếc thuyền thắp nến sáng như kiệu hoa, thế là cả dòng sông mênh mông rực rỡ như nổi lửa lên."

Truyền thống huy hoàng ấy đã soi tỏ lịch sử nước Lào. Cho tới ngày nay, lúc nào đời sống đất nước này cũng là lịch sử một dân tộc cả nghìn năm phát triển trên bờ sông Mê Kông, từ những thời kỳ chum đá tiền sử, tới cốc đời tụ hội thành mường. Biết bao câu chuyện cổ tích kỳ ảo còn kể lại rằng hai mươi hai đời vua từ Khum Lò tới Phạ Ngừm quần tụ cho đến khi bị mất nước cũng là ngót trăm năm. Cả dân tộc với những người con nước Lào trên khắp đất nước đã chiến đấu vô cùng gian khổ, ác liệt tới ngày ra đời nước Cộng hòa Nhân dân Lào - quốc gia đầu tiên trong lục địa Đông Nam Á tiến lên chủ nghĩa xã hội.

Những truyền thống cổ kính như lòng mong ước và mơ ước của dân tộc, của tâm hồn Lào mà bọn cướp nước, dù chúng mặc áo lái buôn thế kỷ trước hay bọn đế quốc, bọn phản động quốc tế hiểm độc thời nay không bao giờ có thể hiểu được.

Tháp cổ Thạt Luổng - nơi để di cốt những người tu hành, tượng trưng cho đỉnh cao nhất công trình của người giữa thế gian. Quanh sân cỏ xanh mướt, bước lên tầng hai, suốt bờ tường nở từng cánh sen mọc châu tuần vào ba mươi ngọn tháp. Đứng đây ngước mặt nhìn ngọn tháp cao mọc giữa mười hai cánh hoa quỳ, ngọn tháp như ngọn nến vàng thắp lên trời, vẳng tiếng khánh reo trong gió. Những cây cọ cổ thụ cùng ra đời với tháp từ những thế kỷ trước, giữa ngôi nhà sàn thênh thang "một nghìn cửa" - cái *sa la* lớn nhất các chùa trên đất Lào.

Trên sân *sa la* nghìn cửa giữa vùng cỏ xanh biếc, những tàu lá cọ như những chiếc dù che. Bao nhiêu năm đã qua, mỗi năm lại đến một cuộc vui đêm ngày của đám hội chùa Thạt Luổng đã cắt nghĩa được tâm tình con người với những nét yêu, nét tin vô vàn.

Có thể nhận ra những nét tin yêu ấy ở đâu cũng có. Một cánh cửa, một bệ tượng Phật ngồi trên cánh sen, những lá cọ, những bông lúa nếp, cành lá ban vừa trông thấy trong bức tranh và nét khắc, ngước mắt ra sân vẫn thấy những người ấy, cây ấy, lá ấy. Phật ngồi niệm, tay bấm hư vô, tay buông thư thái. Phật đi cất bước như người đi ngoài đường. Mọi hình tượng của tín ngưỡng cũng là quang cảnh đời sống và tâm tư con người. Pho tượng thần mưa óng ả trong chùa Phạ Kèo, cả dáng thân mình chảy dài như dòng nước, hai tay buông, năm ngón năm giọt nước rơi giữa mùa mưa nước Lào. Mùa mưa nước Lào, vẻ ngoài ủ dột ấy của thiên nhiên nhưng lại chính đương chứa đựng một mùa mong đợi, mùa sinh sôi...

Mùa mưa và cánh đồng, công việc đồng áng cùng với tiếng hát tiếng khèn, tiếng trống ở những *thiêng nà* - nhà lều coi ruộng, thân thiết, gần gũi người và cuộc sống hôm nay.

Năm ngoái, nước Lào bị hạn. Các cụ già đến trăm tuổi cũng như chưa thấy một lần mất mùa mưa như thế. Cả nước đi làm thủy lợi. Làng xóm vốn quen canh tác đơn giản, buông cây lúa xuống ruộng chỉ còn đợi gặt hay chịu mất. Bây giờ cách mạng kêu gọi người ta biết đi đắp bờ, khơi nguồn, đem nước vào ruộng - những con kênh đất đỏ còn ngang dọc trên nhiều cánh đồng. Thế là vụ gặt tưởng mất lại đến như những năm được mùa.

Chỉ có cách mạng mới biết làm như vậy, người ta bảo thế. Cách mạng với khí thế lao động sôi nổi, hoàn toàn mới. Viêng Chăn đã lập lại và phát triển được hàng trăm xí nghiệp, lo tự túc vật dụng sinh hoạt hàng ngày. Nhà máy thủy điện Nặm Ngừm hoàn thành đợt hai, thêm điện cho thành phố và công nghiệp, các trạm bơm ngoài cánh đồng tỉnh

Viêng Chăn. Hàng trăm xí nghiệp tư đã được công tư hợp doanh. Các nhà máy bia, nước ngọt, gỗ dán, thuốc lá, chủ và thợ đều trong công việc với tinh thần mới, khí thế của lực lượng công nhân trẻ nước Lào.

Đứng trong sân cỏ trông lên tường chùa Si-sa-vẹt, từ các hiên quanh chùa, vách nào cũng thấy những bức vẽ, dầu là sự tích Phật Ra-may-a-ra hay Phật Véc-san-ta-ra, thì trông đấy người xem tranh cũng nghĩ ngay tới những sinh hoạt hàng ngày của đời sống dân gian. Nền tranh vẽ hàng đàn voi đi, voi đứng, như con trâu, con dê trong chuồng. Đường sá đất Lào là sông nước, đi đâu một bước cũng ngồi thuyền, vậy là trên tường cũng ngổn ngang những tranh vẽ thuyền. Đêm Lào là đêm của múa hát, tường chùa cũng thấy múa hát. Trên tường chùa cũng như cảnh trong làng, êm ả những nhà sàn người ngủ nằm nghiêng trông ra, trẻ con chơi ngoài hiên đầu cầu thang, người ngồi cửa sổ nhìn xuống tàu ngựa, ruộng cấy.

Tôi đứng trông ra cửa chùa trên bờ sông. Những chiếc xe vận tải đưa đất từ ngoại ô vào, những đoàn thanh niên đi hộ đê, vừa đi vừa lấy tay vỗ lên mặt xẻng làm nhịp trống và cất tiếng hát. Như cũng thoáng bắt gặp những cảnh nhộn nhịp ấy trên những nền tranh tường chùa.

Viêng Chăn đương vào những nét mới của thời đại. Cuộc sống cổ kính trầm tĩnh hòa hợp những hành động sôi nổi, thiết tha. Lại nhớ dáng cô bác sĩ Bun Hiêng nhanh nhẹn và trầm lặng, gắn bó bao nhiêu với hình ảnh con người Viêng Chăn ngày nay.

Có hai cô trong đội tự vệ đường phố, súng khoác vai, đứng trong mái *sa la* dưới bóng cây đề trước cửa chùa Vạt Chăn. Chập tối, những toán thanh niên tự vệ các phố bắt đầu triển khai đi tuần sông.

Bên kia, phố Thái huyện Xi Xiêng Mai đã lên đèn, sáng xanh ngập trên mặt nước.

Dòng sông và ánh mắt những người thanh niên tự vệ thành phố Viêng Chăn, bình tĩnh và hiền hòa, vẻ đẹp của người Viêng Chăn trong niềm tin kiêu hãnh.

Nhìn quê

I. Cuối bãi biển Kép tỉnh Kam-pốt có một cái phố nhỏ nằm im trong hàng dừa - dừa Kép đã nổi tiếng đẹp, trông xa như một bức mành buông viền sát ngay bên bờ cát trắng mát. Đấy là những quán hàng bình thường cho khách chơi biển.

Ở đấy, nhìn sang được Hà Tiên, trông thấy cả bóng dừa và cát trắng bên Hà Tiên, cũng như đây.

Bỗng dưng tôi trông thấy Hà Tiên trong vòm cây mờ khói sóng vịnh Thái Lan một ngày chợt nắng rất hiếm hoi giữa mùa mưa Kam-pốt nặng nề. Đây đến đấy, ca-nô đi ngót một tiếng.

Bóng dừa và mép cát mà tôi thấy kia là đảo Kim Dự, đó là cửa vào Hà Tiên.

Kim Dự này là núi chốt then
Xanh xanh dựng đứng cửa Hà Tiên[1]

---

(1) Bài thơ *Đảo Kim Dự* của Mạc Thiên Tứ (1718-1780).

Hà Tiên ở đầu kênh Vĩnh Tế có cảnh đẹp Tô Châu và hồ Đông. Tôi chưa bao giờ được đến những Đại Tô Châu, Tiểu Tô Châu, những hang Thạch Động và chơi trăng trên hồ Đông. Tôi chưa hề đi dạo dưới hàng dừa Hà Tiên nổi tiếng như dừa Kép, chưa lần nào được nghe, tiếng hát trong vườn hồ tiêu của người con gái Hà Tiên đẹp đã nức lời đồn đại. Tôi chưa có may mắn tới Hà Tiên. Nhưng văn chương quả là có thần đã làm cho cảnh với người bất tử và tuyệt vời, cứ khiến tôi những tưởng từ ngày nào đã biết:

Bãi khói dưới không hương lạ bủa
Hồ gương trong có gấm thêu rơi(1)

Và ô hay, làm sao cứ vương vấn mãi với tâm hồn Nguyễn Cư Trinh man mác một đêm trăng rải hồ Đông:

Đêm đến, ai mài giũa ra hai hòn sáng rõ
Một cho nhà trời, một cho cõi nước
Nước nói trời học đúc mâm bạc
Trời ngỡ nước điểm trang trước gương ngọc(2)

Mà đây về tới đấy, về tới Hà Tiên đất nước Tổ quốc tôi chỉ cách có vài mươi phút đường biển!

Tôi đến ngồi một nhà hàng ngay bên một gốc dừa ngả xuống mặt biển, cho được trông thật rõ

(1) Bài thơ *Nam phố trừng ba* của Mạc Thiên Tứ (1718-1780).
(2) Bài *Đông hồ ấn nguyệt* của Nguyễn Cư Trinh, Ca Văn Thỉnh dịch.

Hà Tiên. Hà Tiên với mình chỉ cách có một khoảng nước xanh này mà thôi nhỉ? Trước cửa nhà hàng, một người đàn bà Việt từ bờ bể xách một giỏ cua ghẹ lên đi về phía chúng tôi. Những con cua ghẹ lớn, mai xanh, thịt đặc biệt ngọt thơm. Trong vịnh Thái Lan, thì ở Kép, ở Hà Tiên hay ở Rạch Giá, đâu cũng có. Tưởng như ở đây, hay ở Rạch Giá, ở Hà Tiên lúc này đương mùa chơi mát trên bãi bể, cũng đều có người đàn bà và những em nhỏ xách giỏ cua ghẹ vẫn ngâm sẵn dưới bể, thấy khách lạ thì rón rén tới, ngọt ngào hỏi khách có mua không.

Người đàn bà ấy quần áo đen, khuôn mặt hốc hác, lặng lẽ đến trước mặt tôi. Đôi mắt ngơ ngác lo âu. Biết đâu đây chẳng phải là một người đàn bà vốn dĩ hiền lành, một người mẹ của cô gái Hà Tiên trong vườn hồ tiêu nào đó, xưa nay chỉ biết có nghề bán cua bờ biển, thế mà cũng phải bỏ quê Hà Tiên, quê Rạch Giá, vừa trốn khỏi một cái ấp chiến lược nào đó, chạy đi, đành sống tha hương. Cái tiếng nói nhỏ nhẹ, thanh thả của các chị, các em Nam bộ, cái tiếng nghe thương nghe nhớ, như trưa nghe tiếng *ầu... ơ, ví dầu...* êm ái ru con một ngày rất xa rồi, đã bao nhiêu năm nay, một làng vắng vẻ đầu rừng miền Đông. Tôi bỗng rưng rưng dại cả người và nghẹn ngào.

Những ngày này tôi đương trên đường xuống miền Nam Cam-pu-chia, mỗi bước đi cũng mỗi nhích gần về miền Nam đất nước tôi. Trong không khí, có một cái gì náo nức và bí mật và thiêng liêng nữa. Như ở những ngày cuối năm sắp qua năm mới, như sắp gặp ai quen. Sự mong ngóng bồn chồn, thần bí, không cắt nghĩa được. Quả là tôi đương có cảm tưởng tôi sắp gặp ai, nhưng thật là ai thì không làm sao nghĩ ra. Trước kia, tôi cũng có những người quen đến làm ăn ở đất Cần Vọt này. Nhưng bây giờ sắp gặp ai đây, thì lại không phải từ xa xôi những khuôn mặt cuộc đời nghèo khó ngày cũ của tôi hiện trở lại. Thế thì gặp ai, tôi chịu không nghĩ ra. Mà chỉ cứ phảng phất người nào mình quen biết, không hẹn mà sắp gặp cũng nên. Mỗi bước đi, mỗi bước đưa dần cái mong ước gặp gỡ lại. Tôi bắt đầu nhìn kỹ người đi trên đường. Tôi ngắm những nếp nhà tranh sơ sài của những đồng bào Nam bộ của tôi bỏ quê lên đây nương náu. Ở chợ, tôi ngơ ngác chờ, tìm nghe một tiếng nói của người mình. Tôi trông mặt, tôi đoán dáng, đoán vóc người.

Nhưng rồi chẳng gặp. Nhưng rồi lại hy vọng, lại tưởng sắp gặp.

Không, không gặp ai đâu, nào tôi có gặp ai đâu. Ấy chỉ là một nỗi tơ tưởng, khát khao đất nước quê hương mình mà mỗi bước anh đi đương mỗi lúc một gần lại, thì đất nước quê hương anh lại hiển hiện như đứng lên cho anh sắp thấy mặt, anh chỉ sắp được thấy mặt mà thôi.

Thế là thế nào? Lý trí và lương tâm con người bình thường và ngày tháng không thể yên lòng hiểu như thế được, có phải vừa một năm trước đây, tôi có dịp ra Hải Ninh. Từ bờ biển Trà Lộ ra, tôi đi trên mỏm đầu chữ S ven biển Tổ quốc trông sang đất Trung Quốc, không một bỡ ngỡ, rồi đặt chân sang đây cũng không một chút bỡ ngỡ. Thế mà hôm nay tôi phải đành ngồi bên ngoài cái mỏm cuối chữ S ven biển Tổ quốc chấm đậm bằng cái chấm Hà Tiên kia, nhìn sang mà không đến được, mà chưa đến được. Tôi ngồi đây, nghĩ các bạn Cam-pu-chia thiệt quý khách, đã giúp tôi đi trong nhân dân và trên đất nước bạn, chí tình và tôi cũng không có cảm tưởng một chút ngỡ ngàng, nhưng cứ nghĩ thế thì, cái đau Bắc Nam một dải bị chia cắt cứ càng ngấm lại càng đau và càng rõ không để yên cho cái vô lý ấy tồn tại được.

Tôi vẫn ngồi đây, ở quán nước cuối bãi Kép mà thấy Hà Tiên xanh xanh lùm cây thưa trải dài trên mặt biển, mỗi lúc nhìn một bồi hồi: Hà Tiên đấy. Ta phác một đường tay trái đi lên, theo kênh Vĩnh Tế từ Hà Tiên sang Châu Đốc rồi suốt Tịnh Biên, Hồng Ngự, Tân Châu đến tận các chợ Trời bây giờ nhan nhản ở Gò Dầu Hạ. Tôi không thể tả được những sôi nổi, đau đớn, chấn động trong lòng khi tôi lại nhìn theo tay phác lên kia.

Quê hương tôi kia, mà không đến được!

Trong đau đớn hôm nay đứng đây, à tôi nhớ những Châu Đốc, Hà Tiên, những Tịnh Biên, Hồng Ngự, Tân Châu, Gò Dầu Hạ... những tên quê hương cũng là tên những trận chiến thắng trong thông cáo của nhân dân giải phóng quân miền Nam, tôi thường nghe quen. Nhân dân miền Nam đương lấp bằng cái vô lý hôm nay.

II. Chúng tôi đến Tà-keo.

Tà-keo giáp giới Châu Đốc. Tà-keo của Cam-pu-chia cũng từa tựa cảnh thị trấn miền Nam, cũng tiệm ăn, quán trà, cũng chợ, cũng bến sông.

Hương nói đùa: "Còn hai mươi ba cây, hay là ta ráng một chút, về bên Tịnh Biên. Đất Châu Đốc ta có canh chua tuyệt diệu như canh chua cá vồ Phnôm Pênh đấy."

Phải, chẳng lâu la gì đâu, chỉ đi dấn hai mươi ba cây số nữa là đến huyện lỵ Tịnh Biên, đến Châu Đốc và Châu Đốc lại kề sông Bát-sắc, sông Bát-sắc ở đấy nước đỏ ngầu chảy xiết, ghe thuyền qua lại ồn ã, mải miết, cũng như ta thấy lúc sáng ngay dưới cầu Mô-ni-vông trên Phnôm Pênh. Và cả nhánh sông Sla-kou đầu tỉnh Tà-keo chúng tôi vừa tới cũng đương vội vã xuôi thẳng về thị xã Châu Đốc. Một chùm hoa lục bình tím bơ vơ trôi đây, chốc lát đã về tới kia. Hai mươi ba cây số! Những con số cứ chích vào người! Bằng nửa đường lên Sơn Tây. Bằng Hà Nội qua Hà Đông, chưa đến Vân Đình, chưa được phần đường Phủ Lý. Hai mươi ba cây số!

Nhưng chúng tôi vẫn lại chỉ có thể đứng đây nhìn về Tịnh Biên.

Đầu thị trấn Tà-keo, một dải nước trên đồng lầy đương lên. Chiếc đò dài lướt, có một người con gái đứng chon von đầu đò, khăn "rằn" phất phới, bóng dừa và thốt nốt lủa tủa đằng xa. Chị ấy nói gì, tôi không rõ, chỉ vẫn nghe cái giọng người con gái Nam bộ êm ái hết sức dễ thương. Đò về đằng kia mà tôi cứ tưởng đò ấy, cô em đương khoan thai cho lướt sang Tịnh Biên và chỉ ngay bên mép nước đã là Tịnh Biên, là Châu Đốc, là đất mình rồi.

Đây sang đấy, một việc thường. (Mà sao ta không thể). Chuyện những ngày cũ nhắc lại vẫn còn nghe tiếng thở dài. Ngày ấy, có lần đi tìm công việc làm, tôi đã đáp xe thổ mộ lần lần từ Sài Gòn lên Cam-pu-chia. Có gì đáng nói đâu, cái cảnh một người chạy vạy kiếm kế sinh nhai qua ngày. Con ngựa lọc cọc kéo lên Củ Chi, rồi Trảng Bàng, rồi Gò Dầu Hạ. Công việc không xong, tôi phải lần sang Xoài Riêng. Sang Xoài Riêng thì cũng như từ Tà-keo này về Tịnh Biên, chỉ uống rốn một ấm chè hay chịu khó đợi sang bên kia làm ly cà phê đá nhân thể, là đến nơi thôi. Lần tôi đi ngày ấy là như thế. Bây giờ thì từ miền Bắc phải đi vòng hàng nghìn cây số, nhưng đến đây thì cũng đến được, mà chỉ vài bước trở về miền Nam đất nước mình lại không về được. Thế thì cái vô lý ấy làm sao mà sống được!

Lại như Hương, đồng chí Hương cùng đi trong bọn chúng tôi. Hương đã từng chiến đấu ở miền Nam trước, có lần Hương lên chiến trường miền Đông, đã từng trèo qua dãy Bảy Núi kia.

Trông thấy Bảy Núi, phải nhớ ngay nhà thơ Cử Trị. Hơn chín mươi năm nay, những câu thơ buồn cất lên từ bến An Giang (Châu Đốc) của một tâm hồn yêu nước vẫn còn xót xa day dứt lòng người.

> "*Linh đinh bèo nước biết là đâu*
> *Đậu bến An Giang thấy những sầu*
> *Bảy Núi mây liền chim nhíp cánh*
> *Ba dòng nước chảy cá vênh râu...*"(1)

Bảy Núi, một dãy chùm bóng núi sừng sững ngay cuối cánh đồng Tà-keo, miết dài một vệt thẫm xanh, trông còn gần hơn cả núi Kam-chảy sau lưng.

Bảy Núi, Bảy Núi của Châu Đốc thân yêu ta đó. Năm xưa đất Bảy Núi làm vườn trồng chuối, thờ đạo Hiếu Nghĩa, trai gái để tóc dài, nhưng đều dốc một lòng yêu nước và kháng chiến. Bây giờ Bảy Núi ra sao? Một câu hỏi khắc sâu không lúc nào rời

---

(1) Bài *Bến An-giang* của Phan Văn Trị tức Cử Trị (1830-1910) làm khi qua Châu Đốc, lúc ấy ba tỉnh miền Tây Nam kỳ vừa mất vào tay giặc Pháp (Theo *Thơ văn yêu nước Nam bộ cuối thế kỷ 19*. Bảo Định Giang sưu tầm và chú thích).

lòng những ai đã biết Bảy Núi. Bởi vì, ở vùng Thất Sơn bây giờ, địch lập ấp chiến lược vào tận chân núi và ta phá ấp chiến lược khiến địch ở chỗ nào cũng không thể yên. Cái trại huấn luyện "đặc biệt" của địch ở Thất Sơn luôn luôn có hàng chục tướng tá Mỹ túc trực đã mấy lần bị quân và dân Châu Đốc tấn công. Thế ra Bảy Núi vẫn tiếp tục và phát triển, càng ngày càng dũng mãnh, tinh thần yêu nước và kháng chiến. Phải chăng, có phần của người Bảy Núi muốn đem lại nỗi vui cho câu thơ buồn của Cử Trị và rửa hờn cho cha ông ta đã đổ máu chống quân cướp nước?

Bảy Núi hiên ngang trước mặt chúng tôi khiến chúng tôi cảm động như còn nhìn thấy cả người trên núi vẫy xuống. Và tôi trông lại thoáng thấy cả nỗi ngây ngất ấy ánh trong mắt Hương. Hương đã qua Bảy Núi năm nào...

Con đường, con đường cứ ngang nhiên và vô tình dẫn người đi. Buổi sáng, ở Kép, chúng tôi cách Hà Tiên bốn mươi ba cây số, rồi gần hơn còn cách Hà Tiên hai mươi ba cây số, những cột cây số chỉ rành rành, rồi mười ba, rồi mười, những chữ số cứ rập rờn trêu tức làm sao.

Kông-pông Trách rồi Tà-ni, Túc-miết, Cha-húc, Tram Sa-sa...

Nhánh sông Mak-prang nho nhỏ vừa qua ngang dưới chân chúng tôi cũng đương mải miết chảy về Giang Thành trên kênh Vĩnh Tế.

Đã đến đường rẽ Tan-hon ra biên giới.

Tôi nhìn ra, thì chỉ thấy vẫn lơ thơ nhà và vườn cây, như làng mạc ở những vùng đồng bằng khác. Trạm biên phòng của quân đội Khơ-me, mái tôn bạc, xinh xắn bình yên. Đã thưa bóng thốt nốt, cái dáng cây thốt nốt vừa e lệ vừa cứng cỏi đứng giữa đường như cô gái Khơ-me mới lớn, đến đây đã thấy vắng hơn, mà dừa, lá dừa đan lên san sát chân trời. Nghe xa, không có tiếng súng, không một làn khói đùn, như tôi hằng tưởng cảnh tượng bên kia biên giới Cam-pu-chia thật khác thế. Đồng chí Đoàn Bá Từ, phóng viên thường trú của Thông tấn xã nước ta ở Cam-pu-chia, anh đã nhiều dịp đi trong đoàn nhà báo nước ngoài ở Cam-pu-chia, được Chính phủ Cam-pu-chia mời đến xem tận nơi xảy ra những vụ binh lính miền Nam với cố vấn Mỹ xâm phạm và những nhiễu biên giới Cam-pu-chia. Chúng đã giết người cướp trâu bò, có khi ném bom, lủng cả cột biên giới. Anh đã thấy tội ác và những thủ đoạn trơ tráo của giặc. Và anh thấy một sự thật đáng suy nghĩ là ở biên giới Cam-pu-chia, Việt Nam nếu quân địch không càn quét đến, nhân dân miền Nam Việt Nam không phải phẫn nộ và dũng cảm chống càn quét, khi không có bóng giặc thì nhà cửa, ruộng vườn, kênh lạch đâu đâu cũng chỉ có cày cuốc làm ăn, chỉ có bà con ta với ta, bên kia hay bên này biên giới, hai dân tộc Khơ-me và Việt Nam cũng chỉ là một người nông dân cần cù. Nhưng khi giặc tới thì nhân dân miền Nam đã đứng dậy và trong cái lặng lẽ và cần cù hàng ngày ấy đã nhảy ra những anh hùng. Cuộc chiến đấu thiên la địa võng không có mặt trận mà chỗ nào cũng là mặt trận, chỗ nào cũng khủng khiếp cho chúng, bởi vì chỗ nào cũng có nhân dân, tôi hiểu cái êm lặng nhưng khác thường ở vùng bên kia biên giới là như thế.

Đây này, chính ngày 29 tháng 10, khi chúng tôi trở lại Phnôm Pênh, đọc báo, biết tin quân giải phóng và nhân dân Châu Đốc đêm ấy đã phá tan ba ấp chiến lược huyện Tịnh Biên.

III. Tôi đã nghe bạn nói lên Bô-ko thì trông thấy đảo Phú Quốc ở ngoài khơi vịnh Thái Lan, đối mặt tỉnh Rạch Giá.

Bô-ko - tiếng Khơ-me nghĩa là cái vai bò, nơi nghỉ mát trên dãy núi Kam-chảy cao hơn một nghìn thước ngoảnh mặt trông ra vịnh Thái Lan. Đường dốc hơn hai mươi cây số vắt ngang qua những rừng, những suối. Chốc chốc, chúng tôi lại đến một mỏm núi chênh vênh, nhìn hắt xuống thung lũng kề sát mặt biển.

Lên Bô-ko thì ngó được đảo Phú Quốc, tôi đã nghe nói thế! Nhưng đến khi thật trông thấy thì vẫn là bất ngờ. Vừa vượt một thôi đường dốc rừng, trông ra, mặt biển đã dâng bát ngát đầy mắt. Đảo Phú Quốc án ngữ ngay trước mặt. Một đầu núi chàm biếc nhô lên, rồi lô xô một cánh đồng vàng lợt, rồi lại đợt đợt núi mờ xanh vào trong xa. Đầu tiên, tôi không tin mắt tôi. Hạnh phúc đến sớm quá, khiến mình ngơ ngác. Không, chính là Phú Quốc trước mặt đấy. Chao ôi, Phú Quốc đây ư? Phú Quốc hiện ra như một cái gì ngậm sầu nuốt tủi những nhớ những mong. Trong một cảnh ngộ thế này, tôi cứ ngây nhìn Phú Quốc chơi vơi giữa biển. Lòng không buồn mà mắt rơm rớm lúc nào không biết.

Cũng là may, không ngờ. Cữ này, Kam-pốt, cái túi đựng mưa của Cam-pu-chia, đương mưa nhiều, nhiều nhất mùa mưa. Mưa đã dọa chúng tôi từ trên đường tới Kam-pốt, mưa giăng xám trời, che hẳn núi Sam bên Châu Đốc, và mờ cả núi Kam-pốt chảy ven đồng. Mưa Cam-pu-chia lặng lẽ, đột ngột mà xối xuống rất dữ, rất phũ. Nhưng chúng tôi càng tới, khi qua Kam-pốt rồi trên đường lên đây thì trời đất cứ tỉnh dần. Khi lên đến lưng núi thì quanh tôi chỉ còn lại một buổi chiều đẹp, bâng khuâng hết sức hiếm có. Chiều rồi mà còn trông thấy cả biển xa lẫn chân trời.

Mỗi khi đường vắt bên này núi, vắt bên kia núi, lại thấy Phú Quốc đuổi theo, nhấp nhô đốm biếc, đốm vàng ngang tầm mắt. Và mỗi lần như thế Phú Quốc hiện ra một vẻ mới, một hình thù mới, như một con rùa, một con giải, nổi lên mênh mông, đương ườn dài chân tay trên mặt biển sương chiều.

Chiều đã muộn rồi mà trở đi trở lại, vẫn Phú Quốc. Lúc thì Phú Quốc lấp bóng ngay đầu núi, lúc thì Phú Quốc dang rộng giữa mù khơi, có khi Phú Quốc loáng thoáng sau những mảnh sương, từng mảnh sương, những mảnh sương bay luồn qua khe rừng thưa. Mỗi lúc một dáng. Mỗi phía một khác. Phú Quốc chiều ấy khoe mình, hết sức khoe mình trước những con mắt khát khao đương ròi rõi tình quê của chúng tôi.

Trời biển đã mờ chập vào nhau. Mà chúng tôi còn cố níu nhìn Phú Quốc. Trên mỏm đá đen kỳ lạ nổi tiếng đầu chùa Năm-thuyền cheo leo nhìn xuống, rõ ràng tôi vẫn thấy nhòa nhòa bóng Phú Quốc bơi lại phía này.

Đêm nay tôi thức, tựa lưng và cái đầu nặng trĩu vào Phú Quốc. Trong tôi nhơ nhớ dung nhan Phú Quốc nguy nga và âm thầm những đồi, núi, những rừng, ruộng. Có vạn chài đánh cá, như vạn chài vịnh Hạ Long, vạn chài Mũi Né, những vạn chài ở khắp các cửa biển quê ta. Có quân giải phóng với nhân dân. Có phải ngồi một mình giữa biển kia, đêm đêm Phú Quốc không ngủ? Nhưng Phú Quốc không vò võ, không ngậm sầu nuốt tủi. Phú Quốc và cả miền Nam đương sôi sục trầm mình ngày đêm vào cuộc chiến đấu giải phóng.

Gió biển đêm từ ngoài khơi thổi lên đầu núi, lùa dài qua những khu cửa lớn, sôi lên, réo lên. Gió của Phú Quốc. Tôi thức nghe gió Phú Quốc vào đây. Như nói rằng Phú Quốc vẫn thức, Phú Quốc hùng vĩ giữa đêm tối, thở hơi thở của mảnh đất tuyệt vời từ biển cả và bao phủ lên chúng tôi.

Sáng sớm đã bổ ra sân thượng khách sạn, tôi lại vội vã nhìn Phú Quốc.

Một đêm đợi sáng để lại trông ra Phú Quốc, thật là dài. Trong đêm ấy, một giờ một phút ở Phú Quốc, ở Rạch Giá, ở Hà Tiên và trên hai sườn biển bao quanh miền Nam thân yêu, những gì đã xảy ra? Những trận đánh, những cuộc mít tinh ồ ạt biểu dương sức mạnh vô địch của quần chúng. Nhà máy điện của địch ở giữa trấn trên đảo bị tấn công sập đổ. Những kho xăng cháy ngất trời. Cả ngàn thuyền tiếp tế, tải quân chuyển động trên sông, trên biển. Những ấp chiến lược bị phá, cả đàn máy bay lồng lộn đêm tối, và những đèn chiếu, những phuy-đê xanh đỏ đầy trời... gì nữa, gì nữa. Đêm miền Nam cách mạng và kháng chiến bây giờ đương hừng hực bời bời. Một đêm đã qua thế nào? Phú Quốc tuyệt nhiên không giống hôm qua đâu.

Thật đấy, Phú Quốc buổi sáng nổi bóng xanh một màu xanh mới nhất. Nắng lóe lên, xóa vội những đám mù trắng mỏng lững lờ còn sót lại. Rồi một màu xanh khác trong muốt cứ đậm dần lên và thế là cả một thinh không xanh xanh cũng hòa lẫn xuống với nền xanh nước ấy.

Lúc này, rừng biếc Phú Quốc và đồng vàng óng, rõ nét hơn chiều qua.

Không cần ống nhòm cũng thấy mặt bể buổi sáng. Nước lượn vần vèo từng luồng quanh đảo. Nhưng quanh đảo Phú Quốc không có thuyền đánh cá như những buổi sáng lặng biển quen thuộc và bình thường. Không một bóng thuyền đánh cá.

Chỉ có những chiếc xuồng máy của địch canh biển chạy quanh, từng chiếc đi mỗi phía, cô độc, thui thủi, lử đử như những con bọ dừa bơi trên mặt nước bây giờ lại vàng ánh trời.

IV. Tôi về Kép, đến cuối bãi biển Kép, và ngồi đây, ngồi nguyên dưới gốc cây dừa ngả trông sang Hà Tiên. Trong ánh nắng đan bóng dừa, tôi đã thấy Hà Tiên bên này và bây giờ lại thuộc bóng Phú Quốc xa xa. Những hòn đảo to nhỏ lấm tấm trên biển Thái Lan vẫn hoạt động. Một lần nữa Phú Quốc rạng rỡ dáng mới. Khác nào Phú Quốc vẫn vờn theo chúng tôi, còn cố vờn theo chúng tôi, trước khi chia tay.

Từ đây nhìn ra thì thấy Phú Quốc ngả dài cả bốn mươi tám cây số thân mình mượt mà trên mặt biển, uy nghi phủ phục như một con rồng trong tranh cổ, đầu thì cất cao, rõi mắt vào đây. Dưới chân, biển vẫn xanh, càng xanh, xanh sáng một vệt dài kẻ phóng ra biển Đông.

Chúng tôi sắp giã từ bóng đảo và Hà Tiên, với cả miền Nam anh hùng, để đi ngược lên phương Bắc, để trở về Tổ quốc. Cái vô lý của chuyến đi ngược đường lại bồn chồn trong lòng. Nhưng đi trở lại hàng nghìn cây số, mà tôi đinh ninh rằng một ngày gần đây, nếu thăm Cam-pu-chia, mình sẽ ra chơi Phú Quốc và về Hà Nội theo đường vào Rạch Giá rồi lên Sài Gòn. Nhất định thế.

Chúng tôi sắp đi, tình cờ gặp một chuyện.

Buổi trưa ấy, ở nhà hàng Xanh da trời trên bãi biển, khách ăn đương đông.

Người bạn Khơ-me cùng đi, bỗng cười, bảo chúng tôi:

- Này, trong các anh, có ai đã đánh trận Điện Biên Phủ thì nên đến làm quen với lão quan năm thầy thuốc kia. Người quen cũ đấy.

Câu hài hước thình lình hướng tôi nhìn sang góc cửa sổ, có một đám người Âu, cả đàn ông đàn bà và trẻ con đương ngồi quanh bàn ăn. Trước mặt họ, cả một bàn dài là những thức ăn cho khách chơi bể, đầy tú ụ, bày ràn rạn, kềnh càng và phức tạp một cách thú vị, nào những cua ghẹ mai xanh luộc để cả con, những đĩa tôm, những mực tươi, những đĩa sò nướng cứ vắt chanh vào mà hút tươi nguyên xi như thế. Chen giữa mấy cái gáy béo nung núc đương cắm cúi, mải miết ăn, đột ngột nổi gồ lên một cái đầu hói đỏ gấc, to đến bằng quả bí đại.

- Lão ta đấy.

- Thì ra, năm trước, lão ta là quan năm thầy thuốc trong quân đội Pháp ở chiến trường Điện Biên Phủ "khủng khiếp". Lão ta đã giơ cả hai tay run rẩy dưới mảnh cờ hàng vải trắng, lão chui hầm ra đứng cúi đầu trước các chiến sĩ quân đội ta. Từ ngày được thả, giải ngũ, lão ta xin đến trú ngụ kiếm ăn ở đất này và làm việc cho cái nhà thương tư Boát-Si-E. Đã được bảy, tám năm nay.

Người bạn Khơ-me của tôi có nhận xét:

- Hồi mới về đây ông ấy gầy lắm. Bây giờ thì béo rồi.

Ngẫu nhiên mà câu chuyện vừa bi dát vừa hài hước về số phận một con người ấy gợi lên trong tôi những hình ảnh rất khác nhau, nhưng rành rọt. Kia là Hà Tiên, là Phú Quốc, là miền Nam thân yêu của chúng ta. Nhân dân miền Nam đương nắm cổ dẫn bọn Mỹ xâm lược vào con đường tới Điện Biên Phủ, lại "một Điện Biên Phủ khủng khiếp"!

Vậy thì lo trước rằng khi ấy chẳng có cái nhà hàng Xanh da trời nào chịu chứa chấp người Mỹ ngồi ăn nữa đâu.

Ở Phnôm Pênh

Hà Nội - Phnôm Pênh không xa. Ăn sáng Hà Nội thì buổi trưa đã có thể đi dạo Chợ Mới gọn ghẽ, sạch sẽ, náo nhiệt của Phnôm Pênh. Và khi qua các khu hàng hoa quả, hàng cá, hàng bách hóa Chợ Mới thì vừa độ máy thu thanh "tờ-răng-di-to" của các bà hàng người Việt đương mở nghe tin mười một giờ rưỡi của Đài tiếng nói Việt Nam.

Quả là chỉ có những ngăn cách giả tạo của tình thế còn làm xa cách đường sá Phnôm Pênh và Hà Nội, hai Thủ đô láng giềng mà thôi.

Sân bay Gia Lâm như một vườn hoa nhỏ.

Nhưng xung quanh Gia Lâm, những cánh đồng vụ mười lúa đầy màu xanh già đương muốn tràn cả vào đường bay. Và cuốn tròn lấy cái sân bay nhỏ bé, là những con đường thiên lý Hải Phòng, đường đê từ cống Xuân Quan xuống, các đường ngoại thành, đường liên tỉnh Hưng Yên, Hà Bắc, Hải Dương. Từng đoàn ô tô vận tải kềnh càng tỏa đi khắp một vùng châu thổ sông Hồng đương xây dựng Chủ nghĩa Xã hội, tiếng rền rền không dứt cùng với bụi đỏ tung mù cánh đồng từ sáng sớm.

Rồi những khoảng ruộng xanh rờn cất cao lên, mờ tít xa.

Miền Bắc đã bọc trong mây mù dày đặc như trông thấy cả một ngày thu muộn trên đỉnh núi. Nhưng từ Thượng Lào xuống thì mây sáng lên hòa nắng trắng bông trên nền rừng biếc.

Rồi sông Mê Kông đỏ thuộm, uốn cong một vành cung. Thành phố Viêng Chăn bé bỏng như cái dải áo nép cạnh bờ. Trông rõ từng mái nhà sắt tây ở các xóm lao động chi chít ánh lên từng mảnh sáng.

Trên trời Lào, đôi chốc, lốm đốm máy bay quân sự như những con châu chấu trắng lử đử bay trên nền rừng im lặng.

Chúng tôi ghé xuống sân bay Vát-tay lên Thủ đô Viêng Chăn nước Lào. Nếu Gia Lâm chỉ là cái bến bay nhỏ bé bình thường thì Vát-tay là một cái quái thai, không bình thường. Cũng dễ hiểu, sân bay Vát-tay do người Mỹ vừa làm, mới tinh. Những bãi lầy và cỏ nước còn rối rít quanh cả chân tường.

Cách Viêng Chăn mười cây số, Vát-tay nằm giữa đồng nước và rừng thưa - nước Lào của rừng núi. Ngay cuối phố xá Viêng Chăn đã là ra đến cửa rừng. Buổi trưa ấy vắng, có một lính thợ người Mỹ cao và gầy chui từ trong bụng chiếc máy bay nào đó ra, tay áo xắn quá khuỷu, lem luốc dầu mỡ, chiếc mũ lưỡi trai mi-ca lật ngược xuống cái gáy cũng đỏ hắt như cổ gà chọi, anh ta hồng hộc phóng xe mô tô băng qua cái sân xi măng lặng ngắt không một bóng hành khách.

Cái sân bay Vát-tay dân sự và quân sự này có thể điển hình cho cuộc chiến tranh miễn cưỡng của đế quốc Mỹ vận tải đến nước Lào hiền hậu mà kể ngay cửa ngõ Viêng Chăn đã chỉ toàn một màu xanh rừng.

Sự cần thiết nhất ở đây là những công cuộc vỡ đất khai hoang đem sức người mà đẩy lui bớt cái mầu xanh rừng hoang dại kia đi và một cuộc đời Lào lành mạnh. Thế nhưng, giữa chốn triền miên những rừng, những núi sâu và khuất trong lục địa châu Á này bỗng dưng lại rơi đến một cái sân bay hiện đại ầm ĩ mà không có hành khách, mà không một người Lào nào cần đến cái ầm ĩ vô lý ấy. Thế nhưng, dưới đất thì máy bay quân sự đỗ hàng loạt, trên trời thì vè vè như bọ dừa bay. Những chiếc khu trục bay đôi, liệng thấp, liệng cao.

Hai chiếc T.28 của không quân Mỹ mới "cho" quân Phu-mi Nô-xà-vẳn đương diễu võ dương oai trên trời Viêng Chăn[1]. Trong bốn mươi phút trưa 24 tháng 10, ghé qua sân bay Vát-tay, tôi đã trông thấy từng đoàn Đa-kô-ta Mỹ cửa hổng, một lỗ tròn, cắn đuôi nhau bay đi, và chỉ có thể bay đi tiếp tế cho các đồn xa. Chắc chắn rằng công việc phi pháp mà náo động và tốn của ấy của người Mỹ chỉ đổ lửa vào phá hoại con đường độc lập, hòa bình và trung lập của nhân dân Lào và càng không mảy may dính líu đến một đám công nhân khuân vác người Lào đương ngồi dưới chân một bức tường hút thuốc lá và ngó ra xem máy bay một cách vô cùng thản nhiên.

Hai tháng trước, nhà báo Pháp, Gioóc Sap-pha[2] đã đi đường Hà Nội tới Phnôm Pênh qua Vát-tay. Anh ta có nhận xét: "Sân bay Gia Lâm nhỏ bé, cỏ mọc đầy, nước đọng từng vũng, chiếc máy bay Ủy ban quốc tế đứng trong mưa. Còn sân bay Viêng Chăn của Lào thì hiện đại."

Hôm nay, tôi cũng đi trên đường mà Gioóc Sap-pha vừa đi.

(1) Hơn một tuần lễ sau hôm tôi qua Viêng Chăn hãng thông tin Pháp AFP đưa tin: Sáng 10-11-1963 một máy bay khu trục T.28 đương tập nhào lộn thì bổ xuống khu nhà phái đoàn quân sự Pháp ở Viêng Chăn. Phi công và ba vợ sĩ quan Pháp ở dưới đất đều chết. (Mỹ đưa trái phép vào Lào 3 chiếc T.28. Một chiếc đã mất tích. Nay một chiếc rơi cháy).
(2) Phóng viên báo *Thế giới* ở Paris viết phóng sự về Đông Dương trên báo *Thế Giới* tháng 8/1963.

Đúng, tôi cũng thấy cái sân bay Gia Lâm của ta nhỏ bé, trước và nay vẫn thế, nhỏ bé và khuất nẻo. Bởi vì miền Bắc xã hội chủ nghĩa của Việt Nam chưa muốn có một Gia Lâm lớn hơn. Chúng ta không tốn phí không cần thiết, một ngày nào cần đến, Hà Nội sẽ có sân bay rất Hà Nội.

Chỉ tiếc người phóng viên tư sản kia nhìn mà không hiểu được Gia Lâm và cuộc sống cuồn cuộn quanh cái sân bay Gia Lâm bình thường. Nếu anh ta đã thấy được như thế, thì chắc không dễ dàng đem so sánh cái sân bay Gia Lâm nho nhỏ và khiêm tốn của Việt Nam giữa cánh đồng tháng Tám xanh mướt chân trời, chi chít nước làng xóm và đường sá đương tấp nập làm ăn, xây dựng, với cái xa hoa và độc ác lạc lõng của sân bay Vát-tay của Mỹ ở nước Lào trong những cánh rừng thưa và lầy lội mà tôi để mắt kỹ lắm, thỉnh thoảng mới thấy quanh đấy có một chiếc lều canh nương đã đổ nát. Người dân Lào chỉ cầu mong một đời sống bình yên và tự chủ đã kinh tởm cái văn minh giết người của đế quốc Mỹ, và bỏ đi từ năm trước rồi. Người dân Lào đã cương quyết đi chiến đấu cho hạnh phúc, cho một nước Lào thật sự độc lập, hòa bình và trung lập.

Cũng một cảnh ấy, nhưng Gioóc Sap-pha đã chỉ thấy cái bề ngoài, nghĩa là chẳng thấy gì.

Rồi lại sông Mê Kông uốn khúc, tỏa đi từng dòng lớn. Từ trên cao, đã có thể nhìn rõ được nước

Mê Kông thì sáng trong, nước Tôn-lê Sáp thì xanh biếc màu lá. Và thế là một thành phố thứ hai trên ngã tư Mê Kông đã hiện ra: Phnôm Pênh.

Mấy năm nay, có nhiều khách đến Phnôm Pênh. Quả nhiên là Phnôm Pênh đã trở nên một cái gì, mà nếu không biết thì cứ áy náy. Đúng như thế, có thể họ vì nhiều cớ, trong đó cũng muốn tò mò xem Cam-pu-chia trung lập đang tích cực bảo vệ độc lập và chủ quyền mình. Nhưng cũng thật là buồn cười (và đáng thương hại nữa), họ đến đây, cũng như nhiều người khách khác đã đến "xem" những nước xã hội chủ nghĩa trước khi đến, họ đã đặt tên sẵn nào là vào "sau màn sắt", "sau màn tre" gì đó. Cho nên, cứ mỗi người nói một phách. Như anh phóng viên Đơ-vác (Thụy Sĩ) thì chán chường: "Cả đến xe ô tô ở Phnôm Pênh cũng có mùi nước đái." Nhưng cô Ly-ly A. Bây (Tây Đức) thì lại chửi vỗ vào mặt Đơ-vác bằng câu: "Phnôm Pênh có nửa triệu dân và có thể tự hào là một trong những Thủ đô sạch sẽ và đẹp nhất châu Á."

Thế là thế nào? Cố nhiên, một người từ Hà Nội tới có lối nhìn của Hà Nội. Khi đã biết Cam-pu-chia thì trước nhất, tôi phải liệt ngay những phóng viên báo chí tư sản kia đến đây đã chỉ làm công việc hú họa và dựa dẫm của người nhắm mắt sờ voi, không thể mảy may tin được những cái ồ, cái à vô tội vạ của họ.

Tôi làm quen với Phnôm Pênh chỉ vì Phnôm Pênh đã gợi trong tôi nhiều điều đáng nghĩ. Ở Phnôm Pênh có cái thú đi dạo bờ sông Tôn-lê Sáp.

Trên sông Tôn-lê Sáp, đậu vô số tàu biển nước ngoài. Những chuyến tàu biển ấy sẽ nhổ neo từ bến Phnôm Pênh xuống Tân Châu, qua Mỹ Tho rồi ra biển lối Vũng Tàu. Thế thì bất cứ người Bắc hay người Nam, hễ ai là người Việt mà đã có lần đứng trên bến Phnôm Pênh đều phải thèm thuồng và bâng khuâng nhìn con tàu sung sướng kia sắp được đi qua quê mình...

Sáng Phnôm Pênh cuối mùa mưa, sáng nào cũng giống nhau, sáng rất sớm, im lặng, trải rộng nền trời nhạt không một gợn mây. Từ phía bờ sông hắt tỏa lên một màu hồng phai, in như cắt những hình tháp thẫm màu, tròn cao và những mái nhà lượn sóng.

Đài kỷ niệm Cam-pu-chia độc lập như một con hổ dáng cao đứng co hai chân trước, ngẩng đầu, đứng thủ thế.

Những vòm nóc Chợ Mới vàng khè, úp tròn xuống như một cái tổ ong, mà từ tinh mơ, người đến chợ đã ồn ào, tấp nập, chen chúc. Thành phố vốn quen thức khuya, mấy tiệm ăn thức sáng đêm, đến lúc ấy mới đóng cửa. Lác đác những cái xe vội đi chợ, anh xích lô lực lưỡng thồ những khay bánh bao, phanh ngực áo, tóc dựng đứng, tất cả đạp hết tốc lực.

Hầu như tất cả những con đường lớn đẹp ở Thủ đô đều kẻ thẳng ra bờ sông. Bởi thế, cứ đi dọc xuống ngã tư Tôn-lê Sáp - Mê Kông - Bát-sắc thì ta có thể thấy hết dáng dấp Phnôm Pênh.

Phnôm Pênh, đầy di tích lịch sử, thành phố vừa cổ, mà cũng vừa mới. Khách rất dễ hòa hợp nhìn thấy những ngọn tháp xoáy, những đường trang trí hoa đá quấn quanh đền chùa, ăn nhịp với nếp nhà Quốc hội, với toàn cảnh hội trường Sa-đô-múc, một công trình nổi tiếng của kiến trúc sư Van Mô-ly-van. Trong công viên, giữa những bồn hoa, những hàng cây cắt gọn, mới tinh, nổi cao một cây bồ đề xù xì to lớn, xòe rộng cành lá mỡ màng và cây đại già cong queo cổ quái nở hoa tím - chỗ nào cũng cây đề cây đại, đặc biệt vẻ am thanh cảnh vắng cửa thiền.

Phnôm Pênh mới là Phnôm Pênh lịch sử, tuy nhiên, Phnôm Pênh cổ kính khác Hà Nội. Ở Hà Nội, dường như cổ tích và đời sống bây giờ, di tích lịch sử và những đường phố mới, những nhà cửa đương ở, tất cả đều lẫn lộn, gắn bó, nương tựa nhau, đời này qua đời khác.

Ta hãy dạo một vòng quanh hồ Hoàn Kiếm. Ta trông thấy trong ánh sáng nê-ông quảng cáo điện ảnh và bên tấm biển tranh ảnh giới thiệu sinh hoạt thời sự trong và ngoài nước, ta cũng thấy ngay đấy là tháp chùa Báo Thiên, là tam quan vào đền Bà Kiệu, là cầu Thê Húc. Rồi đi quá lên phía trên thì là Hàng Đào, Hàng Bạc, Cầu Gỗ và những đường ngang quanh quẩn các rạp hát Kim Lan, Kim Phụng, Chuông Vàng. Ngày và đêm của Thủ đô ta đương dồn dập thay đổi, cứ ồn ào trôi qua lòng ngõ nhỏ chi chít những căn nhà một tầng mỏng mảnh dán vào nhau, có đầu mái vấu chuôi vồ và một hàng chấn song gỗ tiện che cái gác xép tối thì trổ xuống ngay lối cửa ra vào. Những nếp nhà cổ từ bao giờ ấy đứng giữa cái náo nhiệt của những cuộc họp khu phố, những buổi liên hoan thanh niên đi nghĩa vụ quân sự và người Hà Nội đi xây dựng Chủ nghĩa Xã hội khắp nơi trên miền Bắc từ rừng xuống biển. Những sinh hoạt chợ búa, những cửa hàng, những cuộc vui bây giờ mà trông chỗ nào cũng như vẫn phảng phất cái bóng dáng hàng Giấy, hàng Hương, hàng Hài, hàng Bạc, hàng Buồm, cổ sơ với người thợ thủ công, người chủ thuyền, người lái buôn, với hàng hàng nho sĩ, cống sinh, cô hàng sách, cô hàng tấm, cô hàng xén thời trước vẫn còn đâu đây.

Nhưng Cam-pu-chia và Phnôm Pênh thì không thế, Phnôm Pênh đượm một màu xưa khác hẳn. Tuổi của Thủ đô Phnôm Pênh đã già nhiều thế kỷ, nhưng nhà cửa thành phố mới thì xây cất chưa được bao năm. Dáng cổ kính của Chùa Tháp, của khu Hoàng Cung hợp với những công trình mới nhất của thành phố hơn là với mấy khu nhà trước khi Cam-pu-chia độc lập. Cái đó tất nhiên rồi.

Cam-pu-chia miên man những đồng lầy, rừng già, rừng nước Biển Hồ, những triền cánh tay Mê Kông, những đồng lúa Bát-tăm-băng mênh mông, đâu đâu cũng đương bạt ngàn thiên nhiên, thì bỗng dưng, ở một góc rừng Xiêm-rạp, một bờ hồ Ba-ti, ở ven sông Tôn-lê Sáp, trên ngọn đồi, thấy nguy nga, hiện ra một Ăng-co, một chùa Tháp, một đền Ta-Phron cổ xưa, vĩ đại, hấp dẫn đến nỗi đã bao năm nay, từ khi các di tích lịch sử Cam-pu-chia nổi tiếng thế giới thì người các nước trên thế giới đã tấp nập kéo đến đây ngắm nghía và nghiên cứu từ cái lỗ thủng đục trên phiến đá, không biết tổ tiên của người Khơ-me tài giỏi đến như thế nào đã kéo được từng tấm đá tảng nặng hàng tấn thành những pho tượng cao sáu mươi nhăm thước, thành sáu mươi tư mặt người ngó ra bốn phương trời, một nụ cười bất tuyệt của tháp Bay-ôn. Giữa cái hoang sơ của đất trời, ấy là một vẻ đẹp rất xưa riêng của Cam-pu-chia.

Nhưng Phnôm Pênh còn có những khuôn mặt yêu kiều khác nữa. Ta có đi dọc bờ Tôn-lê Sáp, mới rõ cái sầm uất sông nước của Phnôm Pênh - Trên bến lớn trước khu Hoàng cung, có những chiếc tàu từ các sông Mê Kông, sông Bát-sắc qua miền Nam nước ta lên đây, mùa nước nào cũng lên được, những tàu Nhật, tàu Thụy Điển, tàu Anh nghìn tấn trở ra đậu một dãy, bên kia.

Qua xuồng sông Bát-sắc thì đến cầu Mô-ni-vông, (xưa gọi là cầu Sài Gòn, có lẽ vì qua cầu lối ấy đi về Sài Gòn). Bến sông Bát-sắc bên chân cầu Mô-ni-vông nước đỏ cuồn cuộn chảy xôn xao, thuyền bè các tỉnh hàng đoàn tải về đem cho Thủ đô đủ thức ăn vật dùng, từ trái cây, chiếc hỏa lò, đến hũ mắm. Cũng sầm uất như cảnh thuyền bè xưa kia tấp nập từ Lục tỉnh lên cầu Bông, cầu Mống, cầu Ông Lãnh dưới Sài Gòn. Vẻ đẹp nơi đô hội bao giờ cũng là vẻ đẹp của sức sống, của sự hoạt động và trí thông minh con người. Nói đến Hà Nội cũ, phải nói đến người thợ thủ công. Nói đến Sài Gòn, đến Phnôm Pênh thì như đã trông thấy đông vui những thuyền bè và người nông dân, người thợ đem giàu có, an lành thịnh vượng và vẻ đẹp đến cho thành phố.

Phnôm Pênh có nhiều cửa hàng sang trọng. Những hiệu nữ trang lát kính lớn bốn phía; những hàng máy thu phát thanh rầm rĩ; những hiệu cao lâu ồn ào mà tiếng hô gọi món ăn cất lên như tiếng hát đối đáp. Người bán hàng bách hóa, hàng vải lụa, ngồi trầm ngâm, lim dim như con bói cá rình mồi. Có khách vào thì chợt mở mắt và đứng dậy.

Thông thường, dạo đường phố, phải chú ý những cái lạ mặt, lạ tai ấy. Nhưng tôi chẳng tò mò, tôi không cần biết đến những cạnh tranh ly kỳ và bẩn thỉu của nghề buôn Nhật hay Anh, Mỹ, hay Tây Đức. Những cú húc nhau của chúng có thể cũng đem lại vô số tiện nghi cho một vài người nào đó, nhưng tất nhiên nó cũng làm khó khăn cho các nghề thiết dụng của Cam-pu-chia lúc này đương tích cực đấu tranh chống sự xâm lấn của hàng hóa nước ngoài. Mới đây, Cam-pu-chia hạn chế và cấm nhập đường, sữa là một ví dụ. Có thế thì công cuộc chăn nuôi và ruộng mía, cây thốt nốt Cam-pu-chia mới phát đạt được.

Đúng thế, tôi muốn được thấy và tôi quý tất cả. Cam-pu-chia thật Cam-pu-chia. Một quả chuối, một trái cam, một bát hủ tíu ngon, một miếng đường thốt nốt, một cây gỗ mun, gỗ sao, một cái xiên dệt trong làng, một con cá vồ cá mảng Biển Hồ, một gánh lúa tốt nhất cánh đồng vựa thóc Bát-tăm-băng, một chút vàng đãi ở Pa-lanh, lớn và nhỏ chi cũng được, nhưng tôi chỉ muốn và thiết tha những gì của Cam-pu-chia. Bởi vì, đấy, chỉ có đấy mới thật sự là công sức, là tiền rừng, bạc biển của cải đem lại giàu có, thịnh vượng cho Cam-pu-chia.

Người ta nói phải về nông thôn Khơ-me và đến các làng nổi đánh cá trên Biển Hồ, sẽ thấy rõ tiềm lực hùng hậu của đất nước này. Đúng như vậy.

Nhưng không phải chỉ có ở trong làng mà ở Phnôm Pênh ngày nay cũng thấy được nguồn sống dồi dào ấy.

Tôn-lê Sáp buổi chiều đông đúc. Cầu Mô-ni-vông buổi sáng tấp nập. Những ngày những đêm Chợ Mới.

Rải rác, đâu cũng có.

Ánh đèn Chợ Mới trắng đêm không phải chỉ có khách chơi mới cần tìm phòng ngủ và hàng cao lâu mở cửa đêm. Mà cuộc sống lao động thâu đêm ở Chợ Mới và các bến sông. Những chiếc xe xích lô lững lờ khắp phố, ta chợt thức giấc lúc ba bốn giờ sáng trông xuống đường, vẫn thấy xe lượn như lúc chập tối.

Đông đúc, chen chúc, tấp nập.

Những công nhân khuân vác ở ga xe lửa, bến ô tô, bến sông chiều chiều tắm sông rồi lên các tiệm cơm "kinh tế", ngồi chơi đen kịt vỉa hè, đêm đến nằm "đếm sao" và ngủ trên cầu tàu.

Những chiếc thuyền lớn ghé đậu bên kia cầu Mô-ni-vông, thuyền chở bắp, chở chuối, chở trái cam, chở cá khô, chở lúa. Người lái thuyền cởi trần chít khăn chéo, da đen quánh như mật, cánh tay và ngực nổi bắp, *xà roỏng* quấn sặc sỡ, hùng dũng như hình người Khơ-me tạc trên đá tường các đền cổ. Những người nông dân và dân chài mạnh mẽ, chăm lo làm ăn ấy, tất cả đám đông ấy đời đời nay đã đem tài sức, đem của đến nuôi sống, làm giàu cho thành phố.

Tôi đã thấy.

Những người Khơ-me trí thức và lao động, đông đúc, chuyên cần trong công việc kiến thiết của Phnôm Pênh, ở trường học, ở công trường, ở bến tàu, ở trên sông. Những trường trung, tiểu học ở Phnôm Pênh, những trường Đại học Kinh tế, trường Thuốc, trường Luật, trường Thương nghiệp và Viện kỹ thuật đào tạo cán bộ kỹ thuật đương xây dựng.

Cách đây hai mươi năm, tôi đến Phnôm Pênh. Tôi không thấy người Khơ-me, không thấy nhà trường. Bây giờ tôi thấy cả. Người Khơ-me đương làm việc và đấu tranh cho đời mình và quyết định vận mệnh Tổ quốc. Rõ ràng là có độc lập và tự chủ mới có thể có được thực chất đời sống dân tộc.

Các bạn bảo tôi kể cảm tưởng Cam-pu-chia.

Có lẽ nên nói trước nhất là Phnôm Pênh chỉ cách Sài Gòn 240 cây số, không đến một giờ đường bay (về tới biên giới Xoài Riêng - Tây Ninh chỉ hơn một trăm cây). Nhưng những phóng viên báo chí phương Tây đến Sài Gòn, đến Viêng Chăn, ban đêm không dám ló đầu ra khỏi nhà. Nếu họ sang Cam-pu-chia thì tha hồ đi. So sánh ấy thật thú vị.

Tôi sẽ nói chưa đủ về một thành phố mới nổi "ăn diện vào hạng nhất nhì châu Á" như Phnôm Pênh. Nhưng dù Phnôm Pênh náo nhiệt phồn hoa thế nào, những trái ngược, những đau khổ, những phù hoa giả ấy, tôi biết, tôi hiểu và phải kể đến. Vì đó cũng là một bộ mặt của Phnôm Pênh. Tuy nhiên, biết và nhớ là hai việc không giống nhau.

Tôi chỉ nhớ những gì tôi nhớ nhất. Âu cũng là thường tình. Những cảnh và người đã gây tình cảm Cam-pu-chia cho tôi.

Tôi làm sao quên cái cầu Mô-ni-vông trên sông Bát-sắc san sát thuyền bè. Một buổi sáng, cùng bạn về thăm làng Khum-Thom, chúng tôi ngồi ăn hủ tíu ở đầu cầu.

Lúc ấy, tôi tha thiết nhớ lại cầu Sài Gòn. Dòng sông và cái cầu thì chắc vẫn thế. Nhưng ở chỗ bây giờ là những nếp chợ trái cây sạch sẽ, đồ sộ thì vào quãng năm 1943, đương giữa cuộc Chiến tranh Thế giới lần thứ hai. Cứ chiều nào cũng vậy, lúc mặt trời đương lặn đỏ khé, có một đoàn tù binh người Anh hay người Mỹ (tôi không phân biệt được) ra sông tắm. Bọn lính Ấn Độ của bù nhìn Săng-đa Bò thì cầm mẩu côn gỗ cùng với lính Nhật xách súng cắm lưỡi lê đi áp tải xung quanh. Những tù binh người Anh, người Mỹ chi đó, đều cởi trần, quần cộc, lưng và ngực đỏ hắt lên như con tôm khô, mà họ mới cao ơi là cao, gầy ơi là gầy. Sau một ngày làm việc chí chết, bây giờ họ bước kheo khư, rã rượi, sắp muốn rơi tay, rơi vai xuống. Thế mà thèm quá, họ vẫn che mắt lính Nhật, tìm cách đổi nốt một cái áo, cái kính lấy mồi thuốc lá của những người Khơ-me và người Việt thất nghiệp hôm nào cũng ra đây thơ thẩn xem tù binh Mỹ tắm nhưng thật ra là ra đây để đổi chác kiếm miếng ăn. Có khi người thất nghiệp xán đến chỗ tù binh đã bị lính Nhật đâm thủng cánh tay, và tôi nhớ có lần một người tù binh Mỹ, không biết tại sao, bị lính Nhật cầm báng súng đập lên đầu, người tù binh chìm nghỉm dưới sông, không ngoi lên nữa.

Tôi cứ nhớ những cảnh thảm ấy làm gì? Không đâu, những hình ảnh ấy đã khêu gợi cho tôi nghĩ đến một cái khổ cùng với ý nghĩa một cái khổ và những tủi nhục, những căm hờn của người thất nghiệp và người mất nước, ở đây cũng như ở quê tôi, xưa kia thì đâu đâu cũng ghê gớm một nỗi khốn cùng và đau đớn thế.

Cái vui cũng như cái đau, không bao giờ quên được. Vì vậy mà cái vui hôm nay, dù chỉ thoáng qua, đã in sâu trí nhớ, bởi nó thấm thía từ trong cùng cực.

Cũng như hôm nay, viết lại những ngày vừa qua ở Phnôm Pênh, tôi nhớ tỉ mỉ một mẻ cá vừa trông thấy bác chài đánh được trên sông.

Tôi yêu chiếc thuyền tròn xoe làm bằng gốc cây thốt nốt già bổ đôi có người đàn bà chèo ve vé, vội vã câu lên cả một đàn cá mại nhỏ, kiếm bữa chiều.

Tôi nhớ những cái nhà sàn nghỉ trưa trên mặt sông Tôn-lê Sáp và những nhà hàng nổi ban đêm ở Kép Nhỏ trên sông Mê Kông. Và, lại kia tấp nập cảnh sông bến của Phnôm Pênh, những gánh khoai, gánh cam, cả những lồng chim của người nông dân ngoại thành đã trảy, đã đem từ những vườn tược xum xuê bờ sông đem vào bán.

Trên sông Tôn-lê Sáp vào ngã tư Mê Kông, chiếc ca-nô lướt sóng giữa những vùng bờ nước ngập lưng nhà, lưng cây, nước từ Biển Hồ đương ra Mê Kông.

Trên sông đêm lộng gió, lấp lánh ánh đèn xa. Chốc chốc, một thuyền thả vó kéo, bác chài, miệng phập phèo điếu thuốc; người vợ thì ngồi lái cuối thuyền, đứa con nhỏ đương ngủ, quấn chăn kín lên tận cổ.

Có những em bé gánh bốn ống bương đầu nút lá, những ống nước thốt nốt ngọt vừa trích đêm qua trên cây xuống (có khi là những ống rượu thốt nốt), em bé quảy vào ngồi bán ở cửa ga, ở bờ sông.

Biết bao nhộn nhịp mà vui của đám đông trên bến dưới thuyền. Những chiếc đò chèo mười, chèo hai mươi giữa dòng Mê Kông. Người đàn bà đen giòn và mỉm miệng cười chào khách đương đội bình nước từ phía sông lên. Không phải các chị ấy chỉ có một bộ váy áo đen đủi ngày trước, bây giờ các chị mặc váy màu, áo hoa tím sáng và khi chị nhẹ nhàng bước lên thang nhà thì một tay chị nhấc nghiêng mép váy, duyên dáng, óng ả.

Biết bao nhộn nhịp mà vui.

Cái vui nhất là tôi đã thấy người Khơ-me ở một thành phố Khơ-me. Những người công dân của Pa-ri, Luân Đôn, Nữu Ước, Thủ đô của những quốc gia lâu đời và cũng là sào huyệt những *thủ chỏm* của đế quốc thực dân, cũ cũng như mới, chắc sẽ cho là câu nói ấy ngớ ngẩn. Nhưng người Phnôm Pênh và người Hà Nội thì tôi tin rằng họ trân trọng câu nhận xét của tôi. Còn người Lào ở Viêng Chăn thì ngẫm nghĩ và đứng dậy. Trước sau thì người Viêng Chăn thế nào cũng nhận ra nỗi đau khổ vô lý người nước ngoài ở đâu đâu đã đem đến phá rối đời họ, những cảnh nhố nhăng mà tôi đã thoáng thấy, như cái sân bay Vát-tay chẳng hạn.

Những cái vụn vặt tưởng như bình thường chẳng có gì đáng để ý, mà sao cứ nhớ. Có gì đâu, tuy nó vụn vặt và tầm thường, nhưng thật thiết tha phong vị quê hương và con người Cam-pu-chia. Tất cả những hoạt động của đời sống Khơ-me hôm nay, trên đường cố gắng đấu tranh giành độc lập và tự chủ kinh tế ở chính những hình ảnh dành dụm này là để cho một ngày gần đây có được Học viện kỹ thuật Phnôm Pênh mở cửa nhận hàng nghìn học sinh mỗi khóa, và những thành tích của nhà máy dệt, của nhà máy xi măng ở Cha-crây Ting, của nhà máy lọc đường thốt nốt ở Kông-pông Spơ, của đập nước Kam-chảy, mà khi làm xong sẽ hoàn thành luôn cả nhà máy thủy điện đầu tiên cung cấp điện đủ dùng cho nửa Cam-pu-chia. Như vậy thì, những sự thực, những ước mong ấy lại không thể nào là vụn vặt, là bình thường!

Cảm tưởng Cam-pu-chia của tôi? Ấy là cái gì Cam-pu-chia nhất, nghĩa là cái gì đáng nhớ nhất, quý nhất, hy vọng nhất mà tôi chúc và kỳ vọng nhân dân Cam-pu-chia sẽ tới được. Tôi tưởng những điều ấy khi tôi đương nói.

Tôi nhớ một đêm kia, ở Kép Nhỏ cách Phnôm Pênh mười sáu cây số, ở giữa dòng Mê Kông. Nửa đêm đi ca-nô nhìn lên xa xa thấy Phnôm Pênh trắng bạch. Trên đường từ Phnôm Pênh men sông về biên giới xuống Sài Gòn, ô tô vút như sao sa. Chiếc đèn chiếu cao ở nóc lầu chỉ huy sân bay Pô-chen-tông cứ đều đặn ánh sáng một lần dài hắt đi hắt lại. Hệt như đêm đen trên mặt biển, ta trông thấy ánh đèn từ Phnôm Pênh chiếu ra của con tàu Cam-pu-chia, giữa vô vàn sóng gió âm mưu tối tăm hơn cả đêm tối của đế quốc Mỹ và bọn phản quốc Khơ-me, bọn lâu la Thái Lan và miền Nam Việt Nam. Nhưng con tàu can đảm và khôn ngoan vẫn tiến.

Trở lại Phnôm Pênh

Từ năm 1943, hơn ba mươi năm đã qua, tác giả có nhiều dịp đến Phnôm Pênh. Năm 1979, trở lại Phnôm Pênh chỉ thấy rỗng không. Phnôm Pênh bị hủy diệt khủng khiếp. Cực kỳ bàng hoàng, tự thấy không còn chữ nghĩa nào ghi lại nổi. Phải viết thành cái ký sự liêu trai "nghe ma nói mấy lời" này.

* * *

Tôi đi không nhớ mấy ngày rồi. Trông ra thấy đến đường Kông-pông Năng vào thành phố. Đi mãi cũng phải về được. Những người trở về. Nhưng chẳng bao giờ còn về. Ngẫm từ mình. Bây giờ chỉ còn một mình mình lầm lũi trở về mà thôi. Tha Ra, Tha Ra đâu?

Tôi còn nhớ, tôi vẫn nhớ đường này. Bến đò đằng sau dinh tháp cố đô Uđom nhô lên trên làn cây thốt nốt xanh rợ xa xa kia. Ngay bên tay phải, một làng người Chăm tựa lưng vào Mê Kông ở thành dãy dài, trắng xóa một đỉnh tròn nhà thờ đạo Hồi. Xóm nhà người Chăm bao đời thế này.

Năm trước, ông già cởi trần lực lưỡng đen thui đứng chèo thuyền độc mộc sang sông. Thuyền đánh cá, thuyền lấy củi. Xóm người Chăm sống bằng sông và bờ rừng. Ông già bước lên thang giữa căn nhà sàn mảnh khảnh, lát gỗ lim chắc chắn, đen bóng. Trước nhà một luống cúc vạn thọ hoa vàng sẫm, dãy phố nhà sàn đều tăm tắp, mảnh lụa đào che cửa và những cây vạn thọ như nhau.

Bây giờ tôi vẫn nhận ra dãy phố vuông vắn y nguyên, sau lưng dòng sông lấp lánh. Nhận ra, mà ngờ ngợ. Bởi thiếu màu đào, không có cúc vạn thọ, nhà lẫn lộn với mặt đất, trông kỹ mới phân biệt được chấn song phơi quần áo và bóng người ủ rũ. Tất cả mờ nhạt. Dãy phố người Chăm không phải dãy phố người Chăm, vẫn như xưa mà không phải như xưa. Như cái bóng của dãy phố như có như không.

Tôi là Nu Xuông. Nhà tôi ở bên kia cầu Mô-ni-vông. Ở đấy, ai cũng biết tôi. Nhưng không mấy người đến thành phố tôi lại để ý quãng sông chỗ ấy có một dãy nhà sàn chen chúc mặt nước như những dãy nhà sàn của người Việt bên kia cầu Chang Va. Tôi làm nghề đạp xích lô. Sinh thời, bố tôi chài lưới. Bố tôi sống nhờ sông nước. Đến đời tôi, tôi sống vì đường phố của thành phố tôi.

Hôm ấy, cách đây bốn năm rồi, bốn năm xa lăng lắc, thăm thẳm. Tôi và vợ tôi tíu tít đi qua cầu. Tha Ra hớn hở cõng thằng Nu Xom trên lưng.

Mẹ tôi nói:

- Tha Ra để con nhỏ ở nhà, mẹ trông cho.

Tha Ra cười:

- Mẹ ạ, trẻ con cũng phải được đi hoan hô Phnôm Pênh giải phóng.

Buổi trưa, chúng tôi trở về kể chuyện mẹ tôi nghe: người Phnôm Pênh ra đường như nước Mê Kông tràn bờ, chúng tôi nhảy lên hoan hô thế nào.

Thình lình, một người lạ cầm súng vào nhà tôi, mắt vằn đỏ, nói:

- Máy bay Mỹ sắp đến ném bom Phnôm Pênh. Yêu cầu mọi người ra khỏi thành phố ngay.

Có thể như thế. Đế quốc bao giờ cũng ghét cách mạng. Mẹ tôi bế cháu ngồi lên xích lô, đợi tôi đưa cùng đi.

Người kia hầm hầm nói:

- Không được, cái xe phải để lại. Nhanh lên.

Mẹ tôi vui tin tự nhiên.

- Thôi được, các con ra ngoài làng tìm chỗ tránh máy bay rồi chốc nữa về đón mẹ. Đừng bận tâm về mẹ. Mẹ ngồi đây đợi. Các con đi ngay đi.

Tha Ra địu con lên lưng và chúng tôi đi.

Chúng tôi không được trở lại như mẹ tôi tưởng thế. Cả thành phố bị đuổi đi.

Bốn năm đã qua.

Bây giờ Phnôm Pênh trước mặt. Phnôm Pênh đương đến trước mặt tôi, mỗi lúc một gần. Nhấp nhô những nóc nhà chênh vênh khấp khểnh phố Mô-ni-vông. Vòm xi măng tròn nóc Chợ Mới. Tôi trông thấy ngã tư đường. Tôi đã thấy khoảng bãi trống trước cửa chợ - ban ngày, chỗ này chen chúc xe xích lô, xe thổ mộ, xe tắc xi đỗ đợi khách. Tôi thường ghếch cái xích lô của tôi đứng đấy. Đấy là cái chợ đủ thứ hàng quán ăn uống, người đông vui suốt đêm, đến tảng sáng vẫn chén lai rai được.

Trước mặt tôi không một bóng người. Chỉ có dãy phố trống hốc, bông ghế, bông gối rơi ra, ngập đến lưng các tường phòng, gió thổi lên, bông bay mù mịt như hoa lau trong rừng.

Nỗi kinh rợn chưa bao giờ thấy. Tôi không nghĩ được ra một ngày thấy Phnôm Pênh khác lạ đến như thế. Nhà thành phố tôi, hè phố tôi, đường cái, chợ búa, trường học, nhà thương, công viên, cái xe đạp để người thành phố tôi ở, người thành phố tôi đến, người thành phố tôi đi, đi chơi, chẳng có cái gì cả. Chẳng khi nào thấy thành phố tôi không có người. Thế mà quanh tôi bây giờ lạnh tanh, im phăng phắc. Phải thành phố hay cái bóng thành phố. Tôi sờ lên vai áo tôi, cả tôi đây, không biết có phải tôi hay chiếc bóng tôi.

Cái gì cũng không phải thật, mà như thật, cỗ xe ép mía đứng chơ vơ một mình ở ngã ba đầu chợ, không có trẻ con xúm xít quanh. Những chiếc xe bán quà, lắc chuông inh ỏi. Không bao giờ tiếng chuông lạnh lẽo thế. Nó là cái xe ma. Chiếc ghế tựa đệm lòi bông tại sao lại nằm ngửa giữa đường? Chiếc ghế bao giờ cũng chỉ thấy ở trong nhà, bây giờ cái ghế cô đơn lạ lùng này, thế thì nó là cái ghế ma. Những sợi bông gòn bay trắng lả tả quanh chiếc ghế ma. Quán hủ tíu nổi tiếng ở Tác Mau lúc nào cũng đông khách. Tôi trông thấy cánh cửa mở toang, nồi nước dùng bắc cao dưới bức tường trắng toát. Tôi giơ tay vịn vào vách. Bỗng tường vách mủn ra, rơi theo tay. Quán lạnh tanh, nó là cái quán ma ở.

Tôi tha thẩn đi.

Làm sao tôi lại cảm thấy mỗi lúc vào sâu thành phố, mỗi lúc tôi thấy một đông người, khác hẳn lúc nãy. Thành phố đương thật nhiều người.

Những người áo đen quần đen. Đàn bà cắt tóc ngắn váy đen. Cả thành phố bao trùm người đi trong một màu đen nhờ nhệch lũ lượt, nhanh nhanh, nét mặt loáng thoáng lướt như gió.

Tôi bị rùng rùng cuốn theo, hối hả, lật đật trong dòng người lặng im, đen ngòm. Nhưng tôi đã thật háo hức. Đường cái có nhiều người thế này, biết đâu tôi lại gặp được Tha Ra. Có thể Tha Ra về thành phố trước tôi. Có thể Tha Ra dắt thằng Nu Xom đương đi tìm tôi.

Tôi tìm Tha Ra trong đám người bề bộn, cố nhìn mặt từng người đi qua. Nhưng tôi nhận ra khi thật đông người, đám người không tiếng nói, không tiếng cười, không tiếng la hét, không tiếng chửi rủa, tôi không nghe tiếng sột soạt quần áo, không nghe tiếng bước chân đất bước, người đông mà lặng rợn, lặng không, dần dần tôi thấy ra như không phải đây là người đi, mà đấy là dòng nước, là con sông đen kịt đương cuồn cuộn chảy đi đâu. Tôi đi theo, cũng không biết người ta đi đâu. Đi mãi rồi tôi lách ngược lại, cũng không nhận được lối ở đâu người ta đi ra giữa dòng người chen chúc thế kia.

Người từ các phố ra nhiều lắm, người đùn đùn chen nhau đi đầy trong các phố hẹp không có bờ hè. Tôi nhớ cuối phố này có cái trường học. Hay ta vào xem. Biết đâu chẳng gặp Tha Ra đưa thằng Nu Xom đi xin học. Năm nay Nu Xom đã lớn được mười tuổi rồi.

Cửa trường thông thống lối đi, ai vào cũng được. Mùi hôi ghê gớm từ đằng cuối sân xông ra. Mùi hôi thối nặng nề, biết ngay là mùi người chết. Bốn năm nay, chỗ nào cũng ngửi được mùi người chết, đến nỗi tôi quen mũi, biết ngay. Người đi tới đâu, gió Mê Kông thổi lên, gió xua nhạt mùi hôi đi, ra đến đường cái chỉ còn làn người miên man chập chờn, cũng như là gió lung lay, cũng như gió không có mùi vị gì nữa. Nhưng vào đây khủng khiếp quá. Cái sân nhỏ, những bức tường cao, nặng trịch mùi thối xác chết. Tôi đứng lại, ói lên đến cổ, nôn thốc ra. Nhưng trong người tôi đã lâu không còn gì. Tôi chỉ nôn ra toàn nhớt dãi, nôn mãi đến muốn lòi cuống họng ra.

Rồi tôi cố bước vào. Trong ghê gớm, tôi đi tìm hy vọng của tôi.

Tôi nhận thấy đằng xa có những người như từ dưới đất nhô lên, đi đờ đẫn sờ soạng rồi bước nhanh dần. Tôi tới chỗ bắt đầu người ta đi ra. Tôi ngạc nhiên vì thấy những người ấy đã từ dưới hố bước lên thật. Những cái hố to như mặt ao, đen ngòm, không biết sâu đến đâu. Một người đứng lên, trèo ra khỏi hố, người khác ngồi dậy, đứng lên, trèo theo. Người nằm chồng đống lên nhau trong hố, bây giờ lần lượt nhỏm lên, trèo lên. Người dưới hố trèo lên.

Tôi cũng không ngạc nhiên nữa. Bởi tôi đã nhớ ra những cái hố như thế này nhan nhản khắp nơi, chỗ nào cũng có. Và cả nước tôi đã xuống nằm trong hố. Bây giờ, những người chết đương đi ra, những người dưới hố lên.

Tôi cất tiếng gọi:

- Các người ôi, cho tôi đi với.

Những bóng đen phấp phới đi như gió. Trước mặt tôi, những ánh mắt không biết bao nhiêu ai oán, bao nhiêu hận thù, những con mắt và hàm răng lồi ra trắng nhả... Tôi ôm mặt, tôi nhớ, tôi rú lên.

Chẳng biết tôi ngã xuống như thế bao nhiêu lâu. Tôi ngồi dậy, tôi mở mắt. Tôi thấy những bước chân liên liến qua đầu tôi, không một tiếng động. Tôi không dám nằm nữa. Tôi vịn tay vào bờ tường.

Tôi lần lần ra khỏi cái trường ngày xưa có trẻ con học, bây giờ cái hố vùi bao nhiêu là người. Tai tôi nghe trẻ con cười nói ríu ran. Tôi mở to mắt. Chỉ thấy dòng người nhấp nhô đen sẫm. Tiếng trẻ thơ ấy chỉ là tiếng của những năm trước còn sót lại trong tai tôi. Buổi sáng, những đứa trẻ ngồi lên xích lô, tôi đưa chúng nó đến trường. Tôi chợt lại nghe tiếng, những tiếng chờ đợi của tôi. Nu Xom con tôi, có phải con tôi?

Tôi nhớ con tôi. Tiếng cười nói ríu rít kia là tiếng con tôi. Nu Xom! Nu Xom! Con tôi đâu? Tha Ra ở đâu bây giờ? Hay là tôi trở lại cái hố chôn người trong trường học, nhìn từng người trong hố xem có gặp? Hay là tôi đi khắp nơi, tìm những cái hố khác? Hay là tôi về nhà?... Có ai thấy vợ tôi đi ra trong những bóng đen im lặng thất thểu kia không?

Tôi đã ra khỏi cái ngõ phố có trường học thành nhà tù và hố chôn người, đi xa, đi như chạy, mà mùi hôi còn làm tôi ngạt thở. Tôi như con vật bị sặc nước, cứ tự nhiên ngoi mãi về phía thoáng đãng. Hai đầu gối tôi, môi tôi run lên bần bật. Đến nỗi tôi phải vịn tay vào tường, bước lần lần. Tôi nhìn ra dòng người đi đen ngòm lạnh toát cả thành phố. Tôi thở dài. Mỗi lúc một nhiều người chết ra đông thế này, có bao nhiêu người bị đem về giết ở đây. Tôi hốt hoảng nhìn, tôi nhìn ra tìm, tìm xem mà lại không muốn thấy trong dòng bóng ma đương kia có em Tha Ra của tôi, có bé Nu Xom của tôi, cầu trời đừng cho... Tôi đương trở về thành phố tìm gặp con tôi, vợ tôi, mẹ tôi.

Sao người lạnh thế này? Cái lạnh dần dà lan khắp người tôi, lên đầu tôi. Tôi cũng là thây người đương đi đòi mạng ngoài đường kia. Không, tôi đương sống. Chúng mày mấy lần giết tao, tao vẫn còn sống. Tôi sống sót trở về. Tôi không phải những người bị chúng nó đánh chết vứt xuống hố. Tôi sống. Tôi là người sống trở về.

Tôi không thể bước đi được nữa. Tôi đứng lại bên đường, dựa vào tường một tòa nhà, tôi thở.

Sông Mê Kông mơn man đưa lên những ngọn gió mát ngọt. Những ngọn gió của dòng sông mẹ. Bây giờ tôi mới thấy đáng lẽ thành phố phải đầy mùi người chết, trong tôi cũng u ám mùi người chết rồi, tôi cùng đi với đám xác im lặng ngoài kia. Nhưng con sông mẹ, con sông mẹ hiền đã nuôi dưỡng tôi từ tấm bé thành phố bốn mặt sông tỏa gió lên, rửa sạch tất cả và tôi tỉnh lại.

Trong cổng, bước ra một người. Đấy là một người lực lưỡng. Tôi lại nhận ra trên lưng người ấy khoác khẩu súng. Hốt hoảng, tôi chạy. Khẩu súng, cái gậy, thanh sắt còn làm run gáy tôi đến bây giờ.

Người ấy gọi to:

- Anh đi đâu?

Ôi, tiếng người, tiếng người. Lần đầu tiên từ lúc đặt chân vào thành phố, bây giờ mới nghe tiếng người, tiếng người cất lên giữa những thây người lểu đểu chen chúc đông nghịt đường. Tiếng người, tiếng người ấm áp làm sao.

Tôi không sợ khẩu súng nữa. Tôi đứng lại. Tôi lễ phép chắp tay:

- Thưa ông, tôi về Phnôm Pênh tìm vợ tôi. Tôi tìm con tôi. Tôi tìm mẹ tôi. Đây là thành phố quê tôi. Ông ở đâu về?

Người ấy đỡ hai vai tôi:

- Anh có vẻ mệt. Vào đây nghỉ một lúc đã.

Đã lâu lắm mới lại gặp lời mời mình, nói những tiếng tử tế. Mấy năm nay, những tiếng ngọt ngào quanh mình biến mất rồi. Thoạt nghe ngỡ ngàng, nhưng nhớ lại, thấy yên vui khác thường.

Tôi rụt rè hỏi:

- Ông là ai?

- Tôi là bộ đội giải phóng.

Rồi tôi hỏi:

- Trong nhà này có hố chôn người không?

Anh bộ đội giải phóng cười:

- Có mỗi một cái hố mới đào để đợi chôn Pôn Pốt thôi.

Tôi sửng sốt.

- Thế à?

Anh giải phóng lại cười.

- Bây giờ thành phố của chúng ta rồi.

Tôi nhìn lên tòa nhà cao. Tôi nhận ra nhà này rồi. Đây là khách sạn "Hoàng gia" to nhất thành phố. Nó sừng sững những bức tường vàng đồ sộ. Tôi trông lên tòa nhà. Tôi không có cảm tưởng gì về nhà đó. Ngày trước có khi tôi đã đưa khách tới kề những bậc thềm nhà cao ấy, song tôi chưa được bước chân vào nơi sang trọng này bao giờ. Nhưng rồi tôi yên tâm hơn. Có người đứng cạnh tôi. Hơi ấm con người với con người cho tôi thấy sự sống, cho tôi thấy thật có người ở trước mặt tôi.

Anh bộ đội giải phóng đưa tôi vào khách sạn.

Tôi lần đi khắp tầng nhà dưới. Cửa buồng đóng im ỉm, mà như ở trong có người. Tôi nghe tiếng đụng đậy. Rõ ràng tiếng đụng đậy, lào xào. Tiếng gió quẩn chân người bước, không phải tiếng chuột chạy, tiếng chuột gặm. Phải rồi. Có khi anh giải phóng không biết. Mình chả vừa nói ngoài đường người đi nhiều lắm anh có trông thấy không. Anh ấy nói làm gì có, rồi lại cười.

Cả tầng một, tầng hai đầy tiếng lào thào bên trong những cánh cửa. Có lẽ đấy là những người chết đương sốt ruột vì chưa ai mở cửa cho đi ra được. Có lẽ.

Tôi lên tầng ba. Buồng số... Buồng số... Cánh cửa buồng số 5 mở hé. Tôi đẩy khẽ, bước vào. Căn buồng tường vôi trắng, xinh xắn. Cửa sổ trông xuống sân trước mênh mông vườn cây. Một giàn hoa ti-gôn đỏ dịu. Một cây đề cổ thụ, vòm lá xanh nõn óng ánh từng chiếc bên cửa.

Trong buồng, một cái giường kê sát tường. Tôi trông thấy trên giường có một cái xác, mặt xám ngắt, ngực và chân máu đọng trên quần áo và máu đen còn tím cả từng đám trên tường[(1)] .

Tôi rụt rè hỏi:

- Ông là ai?

---

(1) "Cái chết của Mai-cơn Can-oen ở Phnôm Pênh" - Bài của E-li-da-bét Bếch-cơ đăng trên báo *Bưu điện Hoa Thịnh Đốn*, 25 tháng 12 năm 1978.

Cái xác dõng dạc trả lời:

- Tôi, Mai-cơn Can-oen, bốn mươi bảy tuổi, Giáo sư Kinh tế phương Đông, trường Đại học Luân Đôn.

- À, ông là nhà báo Anh.

- Phải, giáo sư Mai-cơn Can-oen là tôi. Pôn Pốt bắn tôi đúng nửa đêm, giờ cuối cùng của ngày 23 vừa rồi.

Cái xác bỗng khóc hu hu.

- Trời ơi! Nếu không, thì sáng hôm sau tôi đã về Luân Đôn, thành phố của tôi.

Cái xác vẫn nức nở.

Tôi hỏi:

- Tại sao người ta mời ông đến làm khách rồi lại bắn ông?

- Giản dị quá. Chỉ vì hai câu nói thôi. Câu thứ nhất. Họ chỉ cho tôi cánh đồng và bảo rằng đến mùa gặt, các công xã vừa gặt vừa hát. Tôi cãi: "Cánh đồng ngập máu, ca hát làm sao được"[1] . Câu thứ hai là câu của tôi. Tôi đi qua cánh đồng, tôi hỏi: "Đâu rồi, những người lính của các ông thường giải nông dân ra đồng làm?"[2]

Cái xác nhà báo Anh lại khóc, tiếng nức nở vang động.

---

(1) Những câu của M.Can-oen nói. Theo bài báo của E.Bếch-cơ.
(2) Những câu của M.Can-oen nói. Theo bài báo của E.Bếch-cơ.

Tiếng khóc của ông ấy khiến tôi nhớ vợ tôi. Tha Ra của tôi, thằng Nu Xom con tôi. Tôi không thể nghỉ ở đây với một người chết nằm khóc vì bị giết vào đêm sau cùng, trước khi được rời Phnôm Pênh. Vả lại, đây là khách sạn, đây không phải nhà tôi.

Tôi cứ nhìn cái xác ông nhà báo Anh một cách thương hại. Đây không phải nhà tôi. Mà đây cũng không phải nhà ông ta, nhà ông ta tận Luân Đôn kia.

- Sao ông không về Luân Đôn? Bây giờ không còn chúng nó ở đây nữa đâu.

- Tôi không đi được.

- Tại sao?

- Cả hai chân tôi bị bắn gãy rồi.

Rồi ông lại kể:

- Đến nỗi chỉ một việc nhỏ trong phòng này tôi cũng không làm được. Chúng nó đã vào ăn cắp hết đồ đạc của tôi mà tôi đành chịu. Ông xem hộ trong ngăn kéo còn gì của tôi không?

Tôi lục tủ. Không còn gì. Trong ngăn ở cái bàn đầu giường có tập báo cáo in rô-nê-ô của Pôn Pốt. Nhấc tờ giấy lên, thấy lăn ra cái bàn chải răng cán nhựa đỏ có chữ Zeep vàng chóe. Chắc bàn chải này ông nhà báo mua nó ở Luân Đôn trước chuyến đi Cam-pu-chia. Cái bàn chải để dưới mấy tờ giấy báo cáo. Chúng nó lấy đồ đạc của ông mà không biết còn chiếc bàn chải lọt dưới tờ giấy.

- Cái bàn chải răng ấy của tôi! Xin ông cứ giữ, tôi biếu ông làm kỷ niệm, ông cầm lấy, ai hàng ngày cũng phải có cái bàn chải đánh răng. Chúng ta còn gì nữa đâu.

Ông nhà báo Anh nói làm tôi mủi lòng, ừ, quả thực tôi cũng có còn gì đâu. Ông ấy cũng chẳng còn gì nữa. Tôi cầm chiếc bàn chải răng, tôi lẩm nhẩm cám ơn ông rồi tôi lập cập đi ra. Tôi mệt lả người, nhưng tôi không dám nghỉ lại. Nghỉ lại đây, tôi sẽ chết mất. Tôi lại đi, tôi còn phải đi về nhà tôi. Tôi phải về với vợ con tôi.

* * *

Thành phố ngổn ngang người đi mà cứ chập chờn thành phố không người. Mà cũng không phải cái bóng. Nó là cái gì không có thật. Nó là ma hay sao?

Ở một chỗ nào có khói lên. Khói dọn vệ sinh thành phố hay là thành phố bấy lâu không có người ở, mạng nhện đã chăng lên một tấm màn bao da, nhìn tưởng khói trước mặt? Chỉ có những con nhện đu đưa là có thật. Những con nhện sống. Xa xa, nghe tiếng chim tu hú. Con tu hú đương gọi nắng mùa hè. Những con tu hú còn sống. Chúng nó giết hết người, nhưng những con chim trên trời chúng nó không với tay lên giết hết được.

Không biết thật là khói hay là mạng nhện phủ lên thành phố. Tôi lần mò xuống vùng ngoại ô phía Nam. Thành phố này tôi thuộc như lòng bàn tay tôi. Chỉ nghe gió sông thổi lên mặt, gió tràn đầy mặt mũi tôi, cũng biết được mình đương đi tới chỗ nào. Gió nhẹ nhẹ, ấy là có bóng dãy phố chắn đằng kia. Tháp chùa trên đồi Pênh che mất một quãng gió sông vào giữa thành phố. Đến ngã tư ngã năm thảnh thơi, làn gió lại ùa thênh thang khắp người, mát từ bàn chân trở lên. Mẹ tôi sinh ra tôi bên kia cầu Mô-ni-vông. Từ lúc biết đi kiếm miếng ăn nuôi thân, tôi đã quảy rượu thốt nốt bán rong khắp các ngõ phố.

Tiếng cuốc kêu khắc khoải. Những con cuốc cũng còn sống. Tôi nhớ phía bãi sậy bên bờ sông, vào mùa hạ, cuốc ra ăn đàn. Nó kêu ra rả đến tối khuya. Nhưng ngày trước, phải đi gần đến nơi mới nghe được, vì những tiếng ồn ào thành phố. Bây giờ đâu cũng im như cánh đồng giữa trưa. Ở chân đồi trung tâm Phnôm Pênh mà cũng nghe bìm bịp kêu gọi con nước.

Có tiếng cuốc, thế là đã đến đám sậy bờ sông gần nhà tôi.

Tôi đã trông thấy nhà tôi trong lùm lá cây ổi, lá ổi mùa này xơ xác. Quãng sông đến chỗ ấy có một cụm nhà sàn mọc trên mặt nước. Nhà tôi ở trên bờ, như cái phố dưới nước vắt mẩu đuôi lên cạn, chỗ đầu ngã năm bên này cầu.

Thành phố Phnôm Pênh bờ sông, trên sông có những phố mặt nước quanh co trong dãy nhà sàn, ban đêm thật kỳ lạ. Người chơi bời xuống những tiệm ăn rực rỡ như cái kiệu hoa trên mặt nước. Tôi đã ghếch xe đón khách chơi về gần sáng. Bây giờ, trông ra tiệm nhảy "Trăng sáng" vẫn còn hình cái bè nhấp nhô. Tầng lầu đã đâu mất. Trên bè chập chờn mặt nước thấy thấp thoáng bóng người. Ôi, lại những bóng người chết nhớ nơi ăn chốn chơi đã về nhảy nhót ngoài ấy.

Quanh các phố mặt nước, đêm đêm là hội đèn, những chiếc thuyền nhỏ lách ngõ này sang ngõ khác, vòng vèo theo ánh đèn như sao sa. Thuyền chè khoai, thuyền bún sáo, chim nướng, cá nướng, thuyền hủ tíu... Một chiếc thuyền nhô ra trong ánh đèn. Người đàn bà và đứa con nằm ngủ bình yên giữa sạp thuyền. Anh chài buông chèo lấy lưới quăng. Được mỗi mẻ cá, bán ngay cho những nhà trên bè, đèn sáng lấp lánh cửa sổ mặt nước.

Bây giờ chỉ còn những cái cọc sàn. Cả dãy phố bị đốt, đen sì những hàng cột nhà cháy dở.

Tôi đã đứng trước cửa nhà. Cái nhà tôi, đích là nhà tôi, nhà tôi mờ mờ trong làn khói xanh. Rồi tôi lại ngỡ không phải. Tôi ngỡ chiêm bao. Nhưng rồi tôi bước vào, gan bàn chân mát hơi những hòn đá quen thuộc, tôi biết thật nhà tôi đây rồi. Cây roi, cây ổi sân nhà, từng chùm roi rụng đỏ quanh gốc cây. Quả ổi chín vàng. Những cành ổi nặng quả bao nhiêu giờ lá cũng xơ xác. Tôi nhìn quen mắt như thế, nhiều mùa đã qua. Bây giờ cũng thế. Tôi không cần nhìn cũng đi qua được hẻm nách nhà, trong ấy có một chiếc chum đại đựng nước mưa hứng ở mái nhà. Sợi dây ống cao su đỏ kéo nước trong chum vào bếp vẫn vắt đấy, cả cái chậu nhựa xanh gài thành chum, nguyên thế.

Vẫn tất cả mà sao lại ngờ ngợ. Tôi nhận ra những đám cỏ. Chỉ có những đám cỏ là mới. Ngày trước, vườn không có cỏ. Bây giờ cỏ ken đầy mặt đất. Cỏ vờn khắp sân, lên cây, lên tường, lên mái nhà. Phải trông qua những làn cỏ xanh như khói mới thấy ra được nhà tôi.

Cỏ cao quá, cứng quá, tôi không còn sức rẽ cỏ ra được, tôi như con chồn, tôi bò vào trước hiên nhà. Tôi trông lên, sợi dây điện phơi áo chăng ngang hiên, vẫn còn cái khăn mặt của tôi và cái mũ xanh đỏ của thằng Nu Xom phơi trên dây từ bốn năm trước.

Chiếc xích lô của tôi bên cạnh bậc cửa. Nửa vành bánh vẫn chôm ghếch nguyên như hôm tôi định đạp xe đưa mẹ đi. Bây giờ nhìn cái xe dưới mái hiên vẫn hệt thế, tôi bỗng có cảm tưởng mình mới chỉ đi lúc nãy.

Mẹ tôi ủ rũ ngồi trên đệm xe. Cái váy gấu nâu xám, vai vắt chiếc khăn rằn. Mẹ tôi ngồi đợi chúng tôi từ ngày ấy.

Tôi gọi:

- Mẹ ơi. Con đã về!

Mẹ tôi không nói gì. Mẹ tôi vẫn ngồi như thế. Tôi trông thấy hai bàn tay mẹ tôi, hai bàn chân mẹ tôi và mặt mẹ tôi đen như miếng than củi đước. Mẹ tôi ngồi chết khô đấy từ bốn năm nay.

Tôi lại gọi:

- Mẹ ơi!

Mẹ tôi vẫn chẳng nói gì cả.

Tôi ngồi xuống cái sàn xe, tựa vào đôi chân bé bỏng của mẹ tôi, đôi chân quắt như ống sậy và cũng chẳng có mùi gì. Tôi khóc.

Tôi ngồi khóc một lúc lâu. Đến khi ngẩng đầu lên, trông thấy một người đương vạch cỏ, bước vào. Người đàn bà váy đen áo đen, cũng như trăm nghìn người đàn bà tôi gặp ngoài đường. Nhưng tôi nhận ngay ra người ấy là vợ tôi. Chỉ dáng người thôi, tôi đã biết Tha Ra, rõ Tha Ra. Bao nhiêu ngày đêm rồi, tôi nằm mê. Tha Ra, Tha Ra. Nhưng rồi tôi lại quáng mắt hay sao. Phải Tha Ra hay mới chỉ là cái bóng Tha Ra ngả vào trước, còn Tha Ra sắp vào, hay là Tha Ra còn ở chiêm bao?

Tôi ôm hai vai Tha Ra. Cái bóng Tha Ra, tôi cũng ôm cái bóng ấy. Phải đâu Tha Ra. Nét mặt thoang thoáng, nhưng giống lắm, nhưng không phải. Hai vai tôi, vai Tha Ra khúc khuỷu như hai cái cọc lồ ô. Tha Ra của tôi, vai Tha Ra của tôi ngày xưa không phải thế. Ôi, em ơi, có phải là bộ xương của em tìm về nhà, cũng như bộ xương của mẹ ngồi đã bốn năm ở đầu hè đợi các con?

Tôi lại ứa nước mắt.

Tha Ra nắm cánh tay tôi. Tha Ra hỏi tôi một câu cũng hệt ý nghĩ của tôi.

- Có phải Nu Xuông không? Phải anh Nu Xuông của em không?

Tôi im lặng.

- Con chúng ta đâu?

- Nu Xom chết rồi.

- Con chết bao giờ?

- Bốn năm rồi.

- Ở đâu?

- Ở rừng Stung Treng.

Chúng mình đi gọi con về chứ. Bốn năm rồi, thế là năm nay Nu Xom lên mười, đi học được rồi. - tôi nghĩ thế.

- Làm sao người chết còn sống lại?

- Tha Ra có thấy người đương đi đầy đường ngoài kia không?

Tha Ra nhìn ra rồi lắc đầu.

Tha Ra không nhìn thấy. Tôi thấy bao nhiêu người mà Tha Ra không trông thấy gì. Không, không, Tha Ra là người, là ma, Tha Ra vẫn là Tha Ra.

Tôi bảo em ra chum lấy nước rửa mặt. Tha Ra với tay nhấc khăn mặt vắt trên dây, dáng tay nhẹ như mọi khi em vẫn rút khăn mặt như thế.

Tha Ra thả cái khăn mặt xuống chậu nhựa. Chiếc khăn như bột tan chảy mủn trong nước.

- Thôi, chúng mình rửa mặt bằng tay vậy.

Tôi sờ tay vào túi, đụng cái bàn chải răng của ông nhà báo Anh cho lúc nãy.

- Có phải bàn chải mình đánh răng đây?

Tha Ra ngước mặt lên. Răng Tha Ra trắng rợn, như con mắt và hàm răng trắng nhởn lúc nãy. Sao răng người mà trắng đến thế!

Tha Ra cầm bàn chải và đánh răng. Tha Ra nhấc bàn chải trong miệng ra, thấy máu ứa ra trên mặt bàn chải. Máu ở bàn chải của ông nhà báo Anh hay máu miệng Tha Ra?

Tôi cầm bàn chải ấy rồi tôi đánh răng tôi. Máu trong miệng tôi cũng nhỏ ra từng giọt đỏ tươi xuống chậu nước. Em ơi, máu em, máu tôi, máu con tôi, máu mẹ tôi hay máu ông nhà báo Mai-cơn Can-oen bị bắn chết ở phòng số 5 khách sạn Hoàng Gia? Mắt tôi mờ đi, tôi ngước lên. Thấy gì đâu. Tha Ra đâu? Con đâu? Tôi đâu, tôi đâu? Thành phố của tôi đâu?

Trở lại Cam-pu-chia

Đã lâu, năm 1963 - có lần tôi đến Căm-pốt, đứng trên bãi biển Kép nhìn về Hà Tiên.

Biển Hà Tiên nước tôi ngay trước mắt mà ngày ấy tôi đã phải đi vòng suốt nước Lào đến cực Nam Cam-pu-chia, thế mà cũng chỉ mới nhìn thấy Hà Tiên chứ không tới được. Hôm nay, tôi mới thật được thỏa thuê từ các vùng biên giới đến đây.

Từ Xa Mát tỉnh Tây Ninh lên Kông-pông Chàm.

Các bạn đã đi đường này bảo, qua hết cánh đồng trước mặt đã sang tới nước bạn.

Không thấy cánh đồng chỉ rặt cỏ tranh bốn phía.

Giữa đám cỏ tranh có một hàng giải khát. Hai cô bán hàng, áo bà ba trắng, duyên dáng hàng chợ như những chị em ta hay gặp ở chợ Hóc Môn, chợ Tân Định dưới kia. Không ngờ nơi đèo heo mà tiếng dữ còn ghê rợn đến hôm nay, mà cỏ tranh còn vờn qua đầu và quang cảnh tan hoang còn ngổn ngang quanh mình lại được gặp những nụ cười. Trong quán có cà phê đá, trà đá. Trời đương nắng đổ lửa.

Những ám ảnh, những ghê rợn, những bóng hình đã qua. Bây giờ sang bên cái ụ cao đầu chiến lũy đất, trông lên thấy trên ấy, bộ đội đã trồng khắp mặt lũy những dây khoai lang, lá non bò lòng thòng xuống vách hào.

Hai vọng gác nhìn sang nhau: một bên cờ đỏ sao vàng, một bên quốc kỳ hình năm ngọn tháp vàng. Hai lá cờ bay giữa trạm kiểm soát chỉ có một cây tầm vông chắn ngang. Xe bên nào qua, bộ đội bên ấy qua nhấc cái dóng tre hờ hững đơn sơ rồi giơ tay chào người đồng chí qua biên giới.

Những đường biên giới. Bao giờ tôi cũng tưởng tượng một cách ngây ngô: đường biên giới phân chia nước này, nước khác là không có thật - thế mà biên giới là có thật và thật là khác nhau. Bến Thà Dừa bên này, tỉnh lỵ Nong Khai bên kia sông Mê Kông giữa Lào và Thái Lan. Từ Bra-ti-sla-va sang bên kia cầu tới thành Viên Thủ đô nước Áo, bên ấy có quân đội Tây Âu và binh lính Mỹ. Ga Nhị Liên phía Trung Quốc, ga Chu-mu-it-ti-ga. *Đường lạc đà*, bên Mông Cổ, ga Bằng Tường kia và ga Đồng Đăng đây, dây thép gai bề bộn và đau lòng.

Còn như Xa Mát bên này, làng Ban Phnom nước bạn bên kia, hôm nay tĩnh mạc như tờ, nhưng ba tháng trước còn đầy khủng khiếp.

Xuống Xoài Riêng sang phố huyện Gò Dầu - qua những nơi tan hoang từ dọc đường bên kia đến đây vì giặc Pôn Pốt, càng yêu thương quang cảnh đông vui ấm áp lạ thường. Bên sông Gò Dầu, thuyền đò san sát. Nhà sàn chăng cột chi chít mặt nước. Những dãy phố, những hàng quán nghìn nghịt người, những ruộng lúa chín vàng đang vào vụ gặt, những khoanh cũi đập lúa nhấp nhô giữa mặt ruộng vàng óng. Những cánh đồng nước xanh om, đều tăm tắp như những khung xanh. Lại không ai tưởng mới mấy tháng trước, có những trái đạn cối đã nhảy sang đây, một vùng mà cuộc sống sông nước, đò giang, phố và bến lúc nào cũng khao khát bình yên.

Tôi qua Châu Đốc. Vừa ra đầu thành phố đã thấy kênh Vĩnh Tế phù sa cạn đục lờ. Nhưng xa nữa chỉ còn đồng hoang rợn cỏ.

Người Chăm, người Chà "Châu Giang" ở ngoại ô, trước cửa nhà trồng hoa cúc vạn thọ. Những nhà sàn cao, thang nhà dựng đứng. Bao lâu nay, đền đài vắng ngắt. Cả đến tháng ra-ma-đam có lễ a-lat (ơn trời) cũng không bóng người. Cả làng Chăm đã chạy giặc. Ngày lễ thứ sáu bây giờ mới thấy trên sàn nhà có người trải chiếu, cả nhà ngồi trang nghiêm bái về La-mêc thành phố thánh ở hướng Tây.

Đạn đại bác còn in vết trên tường chợ và vết thủng trên các nóc nhà chung quanh. Ngay gần chỗ bị tàn phá, có đám cưới, trước cổng dán tấm giấy hồng viết ba chữ "Lễ tuyên hôn" to tướng. Tiếng cười, tiếng hát trong nhà sàn kề mặt nước. Những nhà ven kênh Vĩnh Tế dạo nọ phải sơ tán, dỡ đi, vừa được lợp lại, lại vui.

Ngày trảy hội "vía bà" núi Sam đông quá. Hội núi Sam, trước nay, người cả hai biên giới nô nức về. Mấy năm nay bặt hẳn. Bây giờ người trảy hội đông như bật lên, bù lại những năm mất hội. Cơ man các đoàn trai trẻ lên núi, đem theo túi bánh và thức ăn, vai vác đàn ghi-ta - một nét mới của hội "vía bà" núi Sam. Hội núi Sam bây giờ là ngày thanh niên chơi núi của An Giang và của tỉnh Tà-keo nước bạn.

Nhìn lại biên giới hai nước có lẽ chỉ còn sống sót vài cây thốt nốt đứng chơ chỏng.

Người trốn tránh đi đâu bây giờ mới loáng thoáng trở về dựng lều ở tạm trong vườn hoang. Trên mặt ao trước nhà, những bông hoa sen, đã mấy mùa nở, mấy mùa tàn tự nhiên. Bây giờ cánh sen đỏ thắm, bên những dây rau muống mới cấy, đã lên lá xanh eo éo.

Những hàng cây thốt nốt. Ở sông đào Vĩnh Tế hay bến phà Niếc Lương cũng như nhau. Người bên kia sông, bên này sông, người Việt hay Khơ-me, qua những cánh đồng liền hai nước, đời đời đã đi lại, chợ búa, trai gái hò hẹn, những đám cưới, ngày hội xa đến đâu cũng là gần. Thế mà năm năm tan nát cả.

Trên nét mặt mỗi người tôi gặp, người nào cũng còn thoáng ngơ ngác, còn phảng phất những nét đau của những ngày tháng rùng rợn vừa qua.

Ven đường từ Xuông lên Chúp, cánh đồng lác đác tra ngô, trong khi các làng biên giới phía dưới, ruộng còn bỏ cỏ mọc cao vượt đầu người. Trong cỏ còn nhiều mìn địch cài lại. Hôm nào cũng có trâu chết vì giẫm phải mìn. Các làng đã bị dồn cả vào phía trong. Xưa nay, những cánh đồng nuôi người, bây giờ chỉ thấy một giống cỏ lác. Gió lùa quanh bờ hào, những ụ súng bỏ không đã lở tở đổ từng mảng.

Bụi đỏ cuốn lên trong nắng. Những chiếc xe vừa bon qua. Tiếng con chim rừng xa kêu "bắt tép kho cà", "khó khăn khắc phục", ở rừng Việt Bắc hay ở đây cũng một con chim ấy.

Trong bụi cỏ có bức tường đổ, vườn chuối chết cháy đỏ hắt. Tấm biển căm thù "Ở chỗ này, phản động Pôn Pốt giết cả xóm 320 người...", "Chỗ này, hố chôn 152 người...", "Ở đây..." Không biết con số nói về người Việt hay người Khơ-me.

Nhìn đến cuối chân trời vẫn những cây thốt nốt trần trụi như những chiếc ô xơ xác bị gió trở lật ngược.

Từ trong bụi cây, lò dò ra một con bò. Cam-pu-chia vốn đất nhiều bò, nhiều ngựa. Con bò bơ vơ này ở đâu ra? Nhìn kỹ, không phải bò hoang. Trong bụi rậm có những trẻ em chăn bò đương lấp ló nhìn ra.

Phải rồi, những em bé. Có phải các em đương muốn ra làm quen, mà còn e ngại với những người và chiếc xe vừa được đẩy lên qua khúc đường bị nước mưa làm ngập, dừng lại nghỉ đấy.

Bắt đầu làm quen với làn da cháy nắng của con người đất nước này. Những em bé đó, em trai em gái, lát sau đã xúm quanh chúng tôi. Các em, quần áo kỳ lạ làm sao. Những áo bà ba đen rách tơi, dài quá đầu gối. Đến đỗi thoạt trông không biết các em có mặc quần hay chỉ có cái áo dài trùm kín gối.

Rồi sau tôi biết tại sao các em bé hay mặc quần áo người lớn. Tôi được thấy những hố chôn người, có cả đống quần áo và dép bị lột lại. Những em bé gặp trên đường đã mặc quần áo của người chết. Cả nước một kiểu quần áo. Đến người lớn cũng không có gì thay, trẻ con lấy đâu ra cái mặc. Trẻ con cứ lụng thụng trong cái áo, tay rộng dài, hàng khuy xương dừa to thô lố.

Nước Cam-pu-chia vừa thoát chết còn đầy rẫy những lạ lùng đến rợn người.

Lát sau các em bé chăn bò đã mạnh dạn hơn, trèo cả lên thành xe ngồi.

Chúng tôi lấy bánh mì, cùng ăn với các em. Câu chuyện bắt đầu vui, mặc dầu quanh quẩn chỉ có mấy tiếng Khơ-me lõm bõm mới học được. Chỉ vậy đã khiến người qua đường có thể hiểu được ít nhiều đau khổ ghê gớm của những em bé tội nghiệp.

- *On sa ri*, em gái?

Bé gái gật đầu.

- *On po ro*, em trai?

Chú bé có đuôi tóc đỏ hoe cười nhe hàm răng sún.

- *Au me*, bố mẹ?

Bé trai, bé gái không cười. Rồi hai em cùng lắc đầu. Tôi trỏ tay vào làng:

- *Au me*?...

Hai em bé lại lắc đầu. Bố mẹ các em không còn? Bị giết? Bị ốm chết? Phải vào đội khổ sai đi tỉnh khác? Hay là các em quê ở nơi nào bị lùa đến đây? Không biết. Chỉ thấy những khuôn mặt xanh xám ngắt.

Em bé gái có bàn tay cụt hai ngón. Không hiểu tại sao em bé cụt ngón tay. Có điều chắc chắn phải là bởi một rủi ro đau đớn nào.

Xa xa, tiếng chim ríu rít. Nghe chim kêu, tưởng như con chim hiền lành ở đâu cũng có ấy đã phải trốn khỏi nơi này mấy năm, bây giờ mới dám cùng nhau trở lại.

Từ Xoài Riêng ra biên giới, chỗ nào cũng những cảnh hoang tàn mới được loáng thoáng thu dọn.

Một mẩu tường nham nhở hàng gạch mốc rêu. Có chỗ, còn cả một ô gạch hoa cạnh bụi cây cháy xém. Đôi ba vết chân người mới giẫm gãy túm cỏ gà.

* * *

Cả nước vẫn rộn rã dọn nhà.

Trên các nẻo đường tất bật người đi lại. Những chiếc xe bò bánh to kềnh càng, người đàn ông lấm lũi phanh áo, ngửa ngực kéo. Đằng sau lũ trẻ lùi lũi chạy theo. Không thấy có đàn bà. Vợ anh ấy chết hay lạc mất rồi. Trên thùng xe chất một bu gà, một bộ quần áo đen xỉn và cái chiếu cuốn. Tất cả ầm đạm như đống củi mục. Ngoài thành xe treo chiếc nồi nhôm bóng. Cái nồi mới được phát. Mấy năm nay mới lại được có cái nồi riêng thổi cơm, nấu nước. Người ta trở về làng với cái nồi mới sáng trắng trong ánh nắng gay gắt.

Bọn Pôn Pốt đã nói như điên: "Làm cuộc thay đổi độc đáo triệt để nhất thế giới." Có nghĩa là chúng nó quấy trộn cả nước lên. Chúng xóa gia đình, chia người già, người trẻ, trẻ em, trai gái thành đội. Các làng, các huyện đổi tên ra con số. Người vùng này phải chuyển đi ở vùng khác. Tỉnh Ốt-đa Miên-chây phía Bắc đi hơn năm trăm ki-lô-mét xuống làm ruộng dưới Tà-keo. Các thành phố, các thị xã lên phá hoang vùng rừng núi phía Tây. Người Chăm và các dân tộc thiểu số ở rừng thì dồn về các tỉnh Cô-công, Puốc-xát phía biển. Không nhà nào được ở yên. Bỏ chợ, bỏ tiền, bỏ chùa, bỏ giấy khai sinh, khai tử...

Bởi vậy, niềm vui đầu tiên sau giải phóng: Người ta ngày đêm đi hàng trăm, hàng nghìn ki-lô-mét trở về làng. Rồi thì cha mẹ, anh em, vợ chồng đi tìm nhau.

Cả nước này, mấy năm qua, ai có đi làm mới được ăn và phát cho một quần, một áo - quang cảnh tiêu điều ấy y hệt ở Trung Quốc. Ở đây, đất thuộc địa Bắc Kinh còn kém Bắc Kinh một bậc.

Bởi vậy, cảnh "đồng phục" còn thảm hơn bên kia nhiều. Đàn ông mặc áo bà ba vải thâm. Đàn bà, váy thâm, áo thâm, tóc cắt ngắn hở gáy. Ai cũng đen trùi trũi. Trên đầu đội chiếc nón cói Hải Nam. Người đi chân đất hoặc mang đôi dép râu, đế bằng lốp xe tải, dày hai đốt ngón tay. Cả nước một khuôn, một số phận: quần áo, xống váy đen. Dép lốp, mũ cói. Và một cái hố chôn chung.

Bây giờ còn lại khắp nơi trên đường, người đi lũ lượt đen dài. Ở những chợ vừa được nhóm lại còn xơ xác. Kông-pông Chàm hay Niếc Lương, hay ngã ba Kông-pông Thom, trăm nghìn người chỉ một màu đen ngòm như thế. Suốt một ngày đường, chỉ gặp một thanh niên mặc áo may ô trắng, tay xách chiếc đàn ghi-ta, mặt đàn gỗ đỏ bóng. Anh ấy người làng Kông-pông Bếch. Cái áo trắng và chiếc đàn vừa được một bà con người Khơ-me bên Tây Ninh gửi sang cho.

Thật ghê gớm, cả nước chỉ còn lại một màu đen lam lũ. Cả nước đen đủi và đầu tóc và chân tay sứt sẹo giống nhau. Cuộc sống thê thảm đến không thể nào cắt nghĩa nổi.

Trên những con đường liên tỉnh, nhễ nhại nắng, không một bóng cây. Những cây ô môi, cây mù u cổ thụ, những cây sau sau to lớn, hai người ôm chưa kín thân, tất cả đã đứng chết khô.

Đường từ Phnôm Pênh xuống Tây Ninh hơn hai trăm ki-lô-mét, mọi cây cao bóng mát hai bên đường đều chết đứng như thế. Giặc đã giết cả cây. Chúng bắt dân phải xem lại, thấy cây nào trong vườn, ngoài đường không phải cây ăn quả, đều chặt bỏ. Chúng đang làm thế ở Phnôm Pênh. Chúng định giết tất cả những dãy phượng, ô môi, lim, mù u khắp các phố. Chúng đã trồng dừa khắp các phố. Chúng định dừa lên độ năm năm thì bỏ hết các cây khác. Nhưng những cây dừa đem trồng hàng loạt, vẫn còi cọc, lỏa tỏa, chưa cao nổi ngang người. Rồi thành phố được giải phóng. Thế là cây cối ở Phnôm Pênh mới chỉ bị đánh dấu chỗ cưa như vết thắt cổ, được thoát chết.

Suốt ngày đằng đẵng nắng, chúng tôi đi giữa những thân cây hai bên đường chết đứng.

Qua ngã ba Suông đến đầu làng Xtâng, gặp một cái chợ lác đác người. Trông thấy đầu xóm, có miếng vải dù che làm rạp trong bóng cây xoài. Trong rạp, bàn ghế, mâm đĩa, thịt gà và xôi nóng khói nghi ngút, cạnh những hũ rượu thốt nốt trắng sữa. Đấy là một đám cưới. Ngày nào cũng gặp đám cưới. Đến gần công trường làm đường ra cầu Prếch-đam, đám cưới còn có cả máy nổ của công trường cho mượn, quay băng tụng kinh vang khắp làng.

Thấy xe qua trên đường, người dưới đám cưới vẫy lên lia lịa. Không quen nhưng biết đấy là cán bộ cách mạng Khơ-me, là cán bộ, bộ đội Việt Nam, những người anh em ta. *Cam-pu-chia - Việt Nam xa-ma-kì-chăy-dô*: Cam-pu-chia - Việt Nam đoàn kết muôn năm. Xuống đây, xuống đây, xôi mới đơm, rượu mới cất, con bò choai mới ngả thịt. Ngày vui của vợ chồng mới cưới, của hai họ đôi bên. Nhưng cũng là niềm hân hoan của mọi người, của đất nước thoát khỏi bàn tay tội ác khủng khiếp.

Gần tới sông Mê Kông, bên kia, tỉnh lị Kông-pông Chàm. Chúng tôi nghỉ lại ở làng Kông-pông Bếch.

Buổi chiều, trông sang, thấy một dải hoa phượng đỏ rập rờn ngang trên nóc nhà, như mọi thành phố bến. Nhưng hôm sau qua Kông-pông Chàm, tôi chỉ gặp những đường phố rỗng không. Hoa phượng trên thành phố đỏ rợn như những vòng hoa tang phủ nấm mồ chung của những người dân thường đã bị giết, vẫn còn bao nhiêu hố chôn người ở đấy.

Ngày đi cật lực của chúng tôi được kết thúc bằng một cuộc thoải mái tắm sông.

Sông Mê Kông xuôi trên nghìn dặm đến quãng này mang vẻ phẳng lặng dị kỳ. Tôi đã có dịp được qua nhiều quãng khác nhau trên con sông hùng vĩ này, kể từ chỗ đầu nước Mè Khỏng vào rừng núi thượng nguồn tỉnh U-đom-xay. Trên Bắc Lào,

Mê Kông là cô bé đang tuổi thiếu niên, nghịch ngợm, không chịu đi đứng ngay ngắn, chốc lại vật vã vào bờ đá. Xuống đến Xê-phan-đon, mặt nước trải ra bốn nghìn hòn đảo, như rừng xanh trong nước. Đến đồng bằng miền Nam Việt Nam. Mê Kông mênh mang tẽ chín nhánh rẻ quạt, sóng đưa ngược từ cửa biển vào, các ngách nước như hồ lớn đẩy ra những khóm lục bình lênh đênh trôi ngang lên tận thành phà.

Đến Kông-pông Chàm này, Mê Kông là cô gái đang thì đẹp dịu và hiền. Dòng sông viền cát trắng phau, trườn mình giữa những vườn mít, vườn xoài, miên man qua không biết bao nhiêu bãi ngô xanh rờn.

Dấu vết cuộc chiến đấu giải phóng thành phố còn rải rác hai bên bờ sông. Những chiếc tàu tuần sông của địch bỏ lại bị mắc cạn, nằm nghiêng trên bãi, cát ngập vào tận sàn. Gần chỗ bè gỗ bến tắm, một khẩu cao xạ Trung Quốc còn đứng ngon lành giơ họng trong ụ. Những cây thầu dầu lá phấn trắng và những dây cỏ gà ngẩn ngơ vươn lên quanh cả băng đạn.

Kông-pông Bếch đêm nay vào tuần trăng tròn. Ánh trăng mượt mà rải trên vườn xoài, vườn chuối trải ra đến cánh đồng ngô đã nảy lá lăn tăn, óng ánh như sóng trăng và lặng im, êm đềm lạ lùng.

Trên hiên nhà sàn giữa vườn nhìn ra, trong im lặng không thể hiểu được những gì ghê gớm hôm qua xảy ra cũng ở nơi đất lành chim đậu này. Khi chiều, người trong xóm cho biết đằng kia mới thấy thêm một hố chôn người.

Bỗng trong ánh trăng, vờn lên tiếng trống. Tiếng trống những đêm *dù kê* xưa kia bây giờ nghe như chiêm bao. Có khi trai gái hát đối suốt đêm chưa cạn lời, đêm sau lại nối. Tiếng trống những đêm *dù kê*, đêm nay. Đúng rồi. Thế mà ngỡ không phải thật. Chỉ vì tiếng trống thanh quá, tưởng có, tưởng không, mơn man như tiếng gió lay ánh trăng trên lửa địa ngục vừa tắt.

Tôi dạo theo bóng trăng dọc bờ sông trên bến Kông-pông Chàm. Dòng Mê Kông phẳng lặng. Những chiếc thuyền ván dài như cái độc mộc, một người đứng chèo, dáng cao cao thành một nét đen thẫm ngang qua ánh trăng. Bên kia sông, lửa lom đom, rải rác. Biết đấy là những người trên đường trở về làng, đêm ghé thuyền nghỉ, thổi cơm trên bãi. Dòng sông cũng tấp nập tối ngày như trên mặt đường. Khắp đất nước, người trở về, người đi tìm nhau chưa ngớt.

Có tiếng bìm bịp kêu, đêm dịu dần vào khuya. Tiếng chim lẫn trong gió sông thổi lên, bây giờ mới mát rượi.

Sáng hôm sau, đến thăm ủy ban xã ven sông. Thật cũng không có việc phải tới. Nhưng, hôm trước gặp một đơn vị quân giải phóng công tác ở đây có kể cho nghe những khó khăn, những mới lạ về công việc thành lập chính quyền làng này. Tôi muốn được tận mặt thấy quang cảnh và những con người trên đất nước hồi sinh.

Kông-pông Bếch cũng như mọi làng giặc chạy qua. Chúng lại lùng giết người một chặng nữa. Người bị giết, người bị lùa đi, bối rối, loạn xạ.

Những người làng bị dồn đi nơi khác đương lần lượt trở về.

Bộ đội giải phóng đến công tác chọn người ra làm việc xã tự quản. Khi cả làng đã vào nề nếp, đội công tác họp toàn xã, giải thích nhiệm vụ và quyền lợi người công dân. Mọi người bỏ phiếu bầu ra ủy ban.

Hầu hết người làng không biết chữ. Phiếu được đánh dấu bằng vật gì quen thuộc. Hạt ngô là ông Sơng, hạt đậu đen là anh Xnung, hạt bí là cô Thì Đa, hạt đậu xanh là bà Tha Ra...

Bỏ phiếu xong, cả làng vào một đêm hội múa *lăm thôn*, Kông-pông Bếch cũng thế.

Tôi đi qua các xóm lặng lẽ, thanh vắng. Chiếc nhà sàn nhỏ đứng giữa vườn, thanh gỗ bắc thẳng lên gian giữa. Nếu không tinh ý, khó biết đấy là căn nhà mới được dựng lại. Bởi mới mà cũ. Đây là những người bị cưỡng bức đi từ bốn năm trước, giờ trở lại, kiếm mảnh gỗ, đệp lá thốt nốt, chữa lại cái chân thang, lợp khoảng mái nhà dột. Chiếc cầu qua lạch nước vào sân được lắp miếng ván gỗ mới. Có người về không còn nhà, đã đi nhặt nhạnh đâu đấy được chiếc chân kê cột đá, một chum nước, tấm gỗ làm sàn, làm vách.

Nhưng đã rõ ra những tổ ấm của người ở. Có những chú gà con túc tích chạy theo đàn trước cửa. Có trẻ em đánh võng dưới sàn. Thấy khách lạ đi qua, các em nhỏm đầu nhìn ra.

Xã đã vận động các nhà trồng rau đậu và cây chóng được trái. Những khóm chuối đã bén chân, cạnh vết tước bẹ, tàu lá lên xanh tốt, bên cây đu dủ. Những luống khoai nước, khoai riềng đã hay hay mắt.

Trên đường đến trụ sở, tôi được nghe thêm một chuyện về chủ tịch Hiêng. Tối qua, chủ tịch Hiêng sang làng bên dự đám cưới. Có người đến bảo: "Đừng đi, phỉ hẹn về đón đường giết đấy." Nhưng chủ tịch Hiêng cứ đi đám cưới và sáng sớm đã về trụ sở tiếp chúng tôi.

Chủ tịch Hiêng đến trụ sở trước khách. Anh đã cầm lái đầu máy kéo "Công nông" đỏ chóe đến bờ sông rồi đi sang đò. Dưới bến sau trụ sở, chốc lại có chuyến đò ngang tạt vào. Người bên sông sang bãi xới ngô, người lên trụ sở có công việc.

- Hôm qua chủ tịch Hiêng đi ăn cưới, không sợ phỉ à?

Chủ tịch Hiêng người bé nhỏ, hốc hác. Vẫn bộ quần áo đen lam lũ như mọi người. Nhấc khẩu súng trên lưng xuống, anh cười và trả lời:

- Nó không phải phỉ.

- Thế nó là ai?

- Nó là quân Pôn Pốt còn sót lại.

- Thế nó là phỉ đấy!

Nhưng chủ tịch Hiêng đã cắt nghĩa:

- Cũng không phải phỉ. Có đứa theo Pôn Pốt chạy vào rừng. Chúng nó là người nơi khác, không biết đường, không quen ai. Ngồi trong rừng thì chết đói cho nên phải ra cướp cái ăn. Mình khéo gọi, nó ra với mình. Chúng tôi đã gọi được mấy đám. Bây giờ bận quá, chưa đi gọi nốt được.

Việc tưởng khó mà chủ tịch xã chỉ thấy giản dị có thế.

Trụ sở xã trong vườn xoài, chen giữa các nhà trong xóm. Trẻ em từ trên sàn nhảy xuống sông tắm, đùa cười vang động quanh nhà. Ở đâu có tiếng trẻ cười nói ở đấy có niềm vui. Dưới gầm sàn mấy nhà, những khung cửi dệt bỏ xó đã lâu, mới được lôi ra. Cả những con cúi đánh sợi chỉ màu, không biết người trong xóm mua ở đâu hay vẫn giấu giếm được.

Một chị để trần lưng, ngồi trên khung cửi cắm cúi đưa thoi. Sợi nâu sáng đỏ nhạt, sợi ngang, sợi dọc, đan qua, đan lại. Chị đứng dệt những tấm vải may xà-rông. Đây là vuông vải váy mầu đầu tiên từ bốn năm nay. Mai kia rộn ràng trên đường làng và các phiên chợ những tấm váy hồng sáng dịu - mầu vốn được ưa chuộng của chị em Khơ-me.

Chủ tịch Hiêng, phó chủ tịch Chúa và đồng chí trưởng công an xã, cùng đi ra đồng. Tất cả đều vác xới như mọi người. Các xóm đang xới cỏ ngô cỏ đậu, vun luống thuốc lá. Ai nấy vẫn chỉ có bộ quần áo đen. Người người mải miết vun đất, san luống, trên lưng khoác súng. Đấy là đội viên đội tự vệ của xã.

Chủ tịch Hiêng đã từ Stung Treng trở về làng, bây giờ vẫn chưa biết tin vợ con ở đâu, sống hay chết. Phó chủ tịch Chúa, cả nhà đã bị chúng đem cắt tiết, chỉ mình Chúa chạy thoát.

Tôi đã qua nhiều vùng, nhiều cánh đồng, nhưng chưa đâu thấy người ta đông vui như ở cánh đồng Kông-pông Bếch. Trên bãi ven xóm, ven làng ngô đã lên xanh. Mọi người mới trở về, ùa ra đồng gieo ngô, không cần biết ruộng xóm nào, nhà nào. Trên cánh đồng, lúa mố trải dài xanh mờ. Không một khoảng bỏ hoang. Cả những miếng bãi thừa thẹo bên lạch nước cũng được đánh luống tra đậu, trồng thuốc lá. Trong đầu xóm, những giàn hóp đã được bắc sẵn như giàn hoa, đợi đưa dưa leo bắt lên.

Đường qua cánh đồng, người lũ lượt đi chợ, tấp nập, đông vui. Những chị đội hũ dầu lạc, hũ mắm, vắt vẻo hai tay, bước thong dong. Rồi người đội rau lang, rau muống, vác bó hom sắn. Người xách lồng có mấy con ngỗng con - ngỗng giống mang về nuôi. Những xe bò chở đồ đất nung. Đủ thứ nồi, hỏa lò, chảo, khuôn bánh, chõ xôi, cái ang, cái vò...

Những chiếc xe bò kéo đôi, bánh lênh khênh, chất đầy đồ đất nung ngất ngư qua nhịp cầu bắc ngang lạch nước, dưới bóng cây me hoa vàng lăn tăn rơi.

Có hai thanh niên lực lưỡng, vác xới đến giơ tay bắt tay tôi và tự giới thiệu:

- Thưa ông, chúng tôi trước ở Phnôm Pênh. Chúng tôi là sinh viên luật trường đại học Phnôm Pênh.

Các cậu ấy cũng đen gắm đen gúi với bộ quần áo đen nhờ nhệch bụi, không cách nào phân biệt được họ với mọi người trong làng, nếu các cậu ấy không nói tiếng Pháp.

Rồi tôi ngờ ngợ, nhớ ra hình như đã gặp một cậu đi đường cầm cái đàn ghi-ta mới. Phải rồi, cậu này. Tôi hỏi:

- Làm thế nào sống được tới hôm nay?

Cả hai người cùng cười, nét mặt bâng khuâng.

- Thưa ông, tôi không hiểu sao nữa. Nhưng tất nhiên, đã bốn năm, hôm nay tôi mới lại dám nói một câu tiếng Pháp. Tôi bị đuổi ra khỏi thành phố, bị vào đội lao động, lên đây làm ruộng. Mấy lần ốm tưởng chết. Anh này cũng giống như tôi. Cái may mắn trời cho là không cấp trên nào biết tông tích chúng tôi. Nếu người ta biết, chắc chết rồi.

Đột nhiên, tôi hỏi:

- Tối hôm qua, các cậu đánh trống phải không?

- Vâng, trống và đàn, và múa hát.

- Đêm nào cũng múa *lăm thôn*?

- Thưa vâng.

- Thế khi còn Pôn Pốt?

- Không ai dám bước chân khỏi nhà, từ chập tối.

Một cậu nói:

- Thưa ông, tiếng trống vui đêm trên đất nước chúng tôi, quanh năm ở đâu cũng nghe. Tôi được nghe như thế từ thuở bé. Chúng tôi đã lớn lên trong tiếng trống những đêm hội hát *dù kê*. Chỉ có ma quỷ, bọn mất giống người ấy mới cấm tiếng trống mà thôi.

Nhớ tiếng trống múa *lăm thôn* đầm ấm vòm lên ánh trăng bến nước đêm qua.

Chúng tôi đã về tới trụ sở xã. Dòng sông trắng xóa ngay sau lưng. Người đi nương, ra cánh đồng, người đáp thuyền lên trụ sở có việc. Thuyền sang ngang mà người cứ đứng chong chỏng cả đám. Tiếng cười nói vang vang. Khói thuốc lá um từng đám trên đầu thuyền, từ ngang sông lên trước cửa trụ sở.

Sang sông qua Kông-pông Chàm, tôi ăn sáng với một đơn vị vượt sông của bộ đội giải phóng. Lữ đoàn này, trong cuộc tổng công kích đã bắc cầu cho các đợt qua sông Mê Kông của quân giải phóng vào Kông-pông Chàm tới Phnôm Pênh.

Giặc bỏ Kông-pông Chàm, hốt hoảng chạy hết. Những chiếc giang thuyền nằm chết trên bãi cát, những thuyền buồm bị bắn cháy trơ lườn như bộ xương cá, những hầm hào nham nhở...

Bến phà bộ đội giải phóng vượt sông chiến đấu, bây giờ là bến đợi - đúng nghĩa tên gốc: *Kông-pông*: bến, *Chàm*: đợi. Chưa bao giờ như bây giờ, bến đợi người bên này sông sang bên kia sông làm cỏ ngô. Từ sáng sớm đã vun vút sang ngang những thuyền độc mộc đủ loại, thuyền gỗ, thuyền thân thốt nốt bổ đôi, có cả đuôi tôm gắn máy - cơ hồ còn sót lại thứ thuyền gì qua lại được thả tất xuống sông, người đứng đò ngang đông chen vai, tiếng cười nói vang mặt nước.

Chỉ đến lúc trông thấy cái tàu chiến mắc cạn, ống khói nghiêng như bị gió thổi rạp xuống, mới nhớ đây đã từng là mặt trận và trận tấn công chiếm Kông-pông Chàm của quân giải phóng đã phá vỡ tuyến phòng ngự Phnôm Pênh.

Những đám nổi lửa thổi cơm lập lòe mép nước đêm hôm qua, đã xuống bè xuôi về quê từ lúc mờ sáng. Mấy đứa trẻ gầy leo khoeo cởi truồng đứng giữa bè, nhìn lại bến vẫn chỉ thấy một màu hoa phượng đỏ rực và im lặng hoang vắng.

Trên bến thị xã, một đám các cô bộ đội nữ Cam-pu-chia mặc quân phục đương xuống phà.

Cũng trạc tuổi ấy, nếu váy áo đen tuyền, trông ai cũng như ai, con gái cũng như bà già, nhưng đi đã nhiều đường đất, tôi gặp rất ít ông già, bà già. Những khám khổ ròng rã đã làm các cụ chết vãn cả rồi hay sao. Vâng, bà già chống gậy cũng như nhiều nạ dòng, cũng như cô gái mười bảy, nếu cùng trong váy áo lam lũ, ai cũng chỉ một màu xám ngắt giống nhau.

Những cô gái mười bảy hai mươi trong bộ quần áo chiến sĩ thì khác hẳn. Trước nhất, ở đôi mắt ngời sáng. Chiếc mũ lưỡi trai đội nghiêng, hơi làm dáng một chút đấy. Ống tay áo sơ-mi ka-ki xanh nhạt xắn cao, đôi cánh tay đen giòn.

Cô bộ đội đến, chào giơ tay ngang mũ rồi mỉm cười lễ phép hỏi chúng tôi:

- Các đồng chí về Phnôm Pênh hay các đồng chí lên Xiêm Riệp?

- Chúng tôi chỉ đi đến Chơng Prâng.

Cô ấy im lặng.

Rồi nói:

- Tưởng về Phnôm Pênh, cho chúng em đi nhờ xe.

- Đồng chí về Phnôm Pênh?

- Vâng, em về Phnôm Pênh rồi đi Xoài Riêng.

- Đồng chí đi công tác?

- Không. Em đi tìm mẹ em.

Rồi cô kể cô tên là Út, quê ở thị xã Xoài Riêng. Bốn năm trước, cô bị bắt ra khỏi nhà, vào đội lao động nữ, phải lên làm ruộng trên Xiêm Riệp.

Từ đấy, bặt tin gia đình. Em có còn sống? Anh trai đi đâu? Mẹ thế nào? Bọn lính canh tra hỏi có biết chữ không, cô chỉ lắc đầu. Nếu bảo biết chữ chắc chết. Ngày ngày, cô đi chăn bò. Bốn năm chăn bò, ngày mưa cũng như ngày nắng. Không còn biết năm tháng nữa.

Xiêm Riệp được giải phóng. Những người sống sót đều xin theo bộ đội. Cô Út vào bộ đội từ ngày ấy.

Bây giờ Út được đơn vị cho về Xoài Riêng tìm mẹ. Cả mấy cô cùng đi với nhau.

Tôi hỏi:

- Các cô cùng về Phnôm Pênh?

- Vâng.

Tôi không hỏi thêm. Nhưng chắc chắn những cô Ô Pênh, cô Van Na ấy cũng đương đi tìm gia đình. Khắp các con đường trên đất nước đâu cũng ngổn ngang người trở về làng, người đi tìm người nhà.

Đường nắng chang chang, chiếc xe bò lắc lư lăn bánh. Nắng trưa mỗi lúc thu tròn bóng thì trên mặt đường cũng thưa dần. Cây che mát ven đường không còn nữa, xe phải tìm vào tránh nắng trong cửa rừng. Hai gọng càng buộc treo ngang lên, chiếc xe đứng giơ càng thành hai cái ghế ngồi. Cả nhà núp bóng cây ô môi, thổi cơm trưa ăn.

Những chiếc xe và lũ lượt người xúm quanh đi trên những con đường hun hút, thăm thẳm nắng. Hai bên đường, đã lâu không người đi lại, cỏ tranh mọc thành rừng, lởm nhởm quanh vùng cây bị đẽo vỏ khoanh quanh gốc đứng chết khô.

Nhưng không. Chúng không thể đánh chết được cả một dân tộc. Cây thốt nốt cũng như người, không thể chết được. Những cây thốt nốt mà từ thân cây tàu lá, chùm quả và dòng nước ngọt trong thân đều cho cái sống nuôi người. Cây thốt nốt tự nhiên như sự sống của dân tộc Khơ-me dũng cảm.

Khác nào, chúng không thể làm thịt hết trẻ con. Bây giờ lại thấy những em bé chăn trâu, chăn bò, nghe tiếng xe ngoài đường, chạy ào ra giơ tay. Những bàn tay vẫy như gió đưa cành lá non, vượt lên trên sự hủy diệt.

Lại gặp đám cưới. Cứ ra đường lại trông thấy đám cưới. Cả đất nước đang tỏ rõ niềm vui to lớn của đời người bằng những cuộc sum họp lứa đôi. Cái bạt dù che nắng trong gốc cây trước nhà. Những chiếc bàn kê ghép lại. Người chen vai ngồi, ồn ào ăn uống. Ông cụ ôm chiếc trống cơm, mỗi khi vỗ tay vào mặt trống lại nghiêng đầu hất bộ râu trắng lên. Chiếc dây song treo mười sáu cái kẻng đồng, dùi gỗ gõ liên tiếp. Tiếng phách, tiếng trống nổi lên... giàn nhạc *plêng xiêm* rộn rã bắt đầu.

Chú rể quấn *xà roỏng* màu điều, cổ áo sơ-mi trứng sáo thắt cà vạt hoa vàng. Và, cũng hớn hở chẳng khác đám trẻ thấy xe chạy qua, người trong tiệc cưới đứng lên, mặt đỏ gay, giơ tay vẫy chúng tôi. Ai cũng biết mỗi người đương khẩn trương mỗi việc trên đất nước đương phải làm lại tất cả. Nhưng cứ vẫy, vẫy gọi, vẫy mời. Cái vẫy tỏ niềm vui con người.

Dưới đò bờ sông, thủng thỉnh đi lên hai nhà sư áo vàng. Đi trên đất Chùa Tháp cả mấy hôm rồi cũng không thấy một chỏm chùa, không bóng một tấm áo vàng nhà chùa. Nhưng cũng như vô vàn cây thốt nốt khắp nơi, cũng như tiếng trẻ hồn nhiên lại gặp, tấm áo vàng nhà sư, không biết đây là áo mới hay áo nhà chùa đã cất giấu được trước khi các sư sãi phải tập trung đi lao động khổ sai. Chấm áo vàng, những chấm áo vàng tươi, nhởn nhơ.

Huyện Chơng Prâng giữa ngã ba hai tỉnh Kông-pông Chàm và Kông-pông Chnăng.

Tôi đến với đội công nhân sửa đường đầu làng Pa-thia ra bến Prek-đam. Chúng tôi nghỉ lại đấy. Cơm xong trời vừa tối và trăng đã lại lên. Cữ này đương tuần trăng. Dưới trăng bình yên, tôi được cái thú lang thang trong yên tĩnh, cứ việc dừng lại, ngả lưng dưới ánh trăng.

Trăng sáng mênh mang trong lán cỏ của công trường, trông ra bóng trăng lao xao trên từng chiếc lá. Chốc chốc nghe tiếng xoài rụng, như quả xoài đương lăn ngay ngoài màn. Đom đóm đàn lập lòe phía bờ tre. Anh em nói đằng ấy cũng có cái hố chôn chung. Trên bờ hố còn thấy nhiều áo trẻ con. Người làng cũng không biết trẻ con ở đâu chúng nó đem đến giết chỗ ấy.

Những đàn đom đóm bay, gió lập lòe rập rờn lúc bốc cao, lúc là xuống mặt cỏ.

Đêm càng khuya càng lặng im. Tiếng xe ô tô qua ngoài đường cái đã vãn. Thỉnh thoảng, chỉ còn nghe lạch cạch, vẫn cái bánh xe bò của người trở về quê, có lẽ người ta cố đi đêm cho được quãng đường mát. Thế nhưng ngoài đường cái đầu xóm lại rộn lên tiếng trẻ con cười hát và tiếng gầu nước bờ giếng, người tắm giội nước ào ào... Trẻ con rỡn trăng, người trong xóm ra giếng tắm dưới trăng. Cũng không biết trẻ trong xóm ra đùa chơi hay trẻ con ở những xe bò nghỉ ghé đêm ven đường. Tiếng gàu kéo nước, tiếng tắm gội, tiếng trẻ đùa cười, những tiếng yên lành, tiếng cuộc đời.

Người chơi trăng khuya tới lúc nào mới chịu đi ngủ, lúc nào tiếng kéo nước tắm mới ngớt. Vị rượu thốt nốt ngọt lành lúc nãy vẫn thơm man mác. Tiếng hát, tiếng trống vờn lên, lại có múa *lăm thôn* ở đâu rồi.

Những nếp nhà mà công trường làm đường đương ở, những cái nhà kỳ quái. Thật không ai rõ là nhà gì, bởi nhà còn đương làm dở dang. Nền nhà còn chưa đắp. Chỉ biết vật liệu làm nhà đều đã bị dỡ từ các nhà trong làng ra. Chiếc cột gỗ được bào lại, vết đục hốc cột cũ còn lồi lõm trên những rui mè, cầu phong. Gạch ngói cũng thế, hòn mới hòn cũ loang lổ vàng khè, đen sạm, khấp khểnh.

Hình như là trại lính, cả huyện Chơng Prâng đã phải về đắp nền, dỡ nhà trong làng ra làm. Người ở công trường kể dạo mới đến, chỗ nào cũng phảng phất mùi thối xác chết, mà không rõ ở đâu.

Ruồi nhặng ghê gớm, kinh khiếp. Nhiều không biết cơ man nào, khắp nước rùng rợn ruồi nhặng. Nhiều đến vốc tay được. Quanh bữa ăn, nhặng vù vù đen ngòm, xanh lè từng đám đậu vào bát đĩa, vào mặt. Chớp mắt, nhấp nháy, ruồi tưởng mồi động đậy, đậu cả vào mắt, rồi ruồi đuổi theo đũa, chui vào miệng.

Phải ăn cơm ở đầu nhà và chập tối mới dám dọn. Nhưng ruồi nhặng ở đây cũng không biết sợ bóng tối. Đầu tiên, mọi người còn xua xua, sau, xua không xuể, mà ăn càng dềnh dàng, nhặng càng kéo đến nhiều, đành chỉ có cách ăn nhanh. Có hôm đã phải tính ăn cơm lúc trời tối hẳn. Nhưng anh em bảo ăn lúc nào nó cũng đến. Tôi không tin. Rồi quả nhiên, bữa cơm đầu tiên, tôi thấy nhặng bay trong bóng tối, nghe vù vù rồi cứ từng nắm, lép nhép bay vào mặt, vào miệng...

Công trường làm đường này thật bồng bột trong quang cảnh dữ dội đặc biệt thế. Những khuôn mặt nắng cháy. Người trong làng cũng hăng hái ra làm giúp. Người quảy đất, người máy ủi, máy xúc, người trồng cỏ dưới nắng lửa táp.

Quãng đường này, từ Kông-pông Chàm về Phnôm Pênh bị đứt ba ki-lô-mét trong trận lụt lớn mùa thu năm ngoái.

Cam-pu-chia - Việt Nam xa-ma-ki chay-dô! Cam-pu-chia - Việt Nam đoàn kết muôn năm! Các bạn Khơ-me ai cũng nói câu ấy, ai cũng thuộc, tôi cũng thuộc.

Chủ tịch xã Xang Xôm cũng lên công trường, có sức lực của người xã Pa-thi góp vào đội tự vệ, anh Út, anh Chít, anh Sâng, anh Chàng mà tôi làm quen từ hôm mới đến cũng có mặt. Mọi người, vai quảy cỏ, vai vẫn khoác súng như mọi khi. Trên lưng đê, những chiếc xe ủi lăn rầm rầm. Người trong làng, cả trẻ con cũng kéo ra xem máy làm. Có những đứa đứng nhìn trong bóng mát cây ô môi. Có đứa thích quá, chạy ràn rạt theo xe lăn trên đê nắng.

Chợ ở đầu xóm mỗi lúc một đông. Cái chợ như người ốm vừa được vực lại, còn xào xạc, nhưng đã ra cái chợ. Các chị bắc bếp nướng chuối, rán chuối. Người bán mớ cá và những bó măng chua.

Một khay mật thốt nốt trắng sùi bọt. Có người bày trên mảnh lá buông, những chiếc gương soi, con chỉ đỏ và kim băng. Cả những cái chũm, cái nơm bắt cá, chiếc chảo đất, cái hũ đựng nước cũng được để ra dọc đường cái. Một bà có tuổi, váy đen bạc, trải miếng ni-lông đặt các thứ hành hẹ, thịt lợn, xoong nước dùng, bánh phở và rá, húng dổi. Biết ngay đấy quán hủ tiếu. Khói lên ngào ngạt thơm mùi nước dùng và mùi chuối rán.

Người trên đường tạt vào ngồi làm bát hủ tiếu. Có người bước tới, tay xách cái xoong mới. Có người đặt xuống cạnh mình những hom sắn và bộ lưới vừa mua được. Cả góc chợ xúm lại hỏi mua lưới ở đâu, lấy hom sắn ở đâu.

Chợ thị xã Kông-pông Chàm, chợ ngã ba Xuông, ngã ba Kông-pông Thom, chợ cây số 6 Phnôm Pênh hay chợ trên bến Niếc Lương, đâu cũng như vậy, còn phờ phạc, nhưng vui.

* * *

Đêm sáng trăng, trẻ con ra đường chơi đến tận khuya. Người kéo nước giếng tắm rào rào mãi khuya còn nghe. Có lúc, một quả xoài rơi ngay ngoài liếp, tôi chợt thức. Không biết lúc ấy mấy giờ, ánh trăng trong leo lẻo. Nhìn ra cánh đồng đương đợi mưa để lấy nước cày, đồng trăng mênh mông, bóng cây thốt nốt ban đêm trông càng rõ, như những chiếc dù che.

Tiếng gà gáy xa xa. Gà gáy nửa đêm hay gà gáy sáng. Tiếng gà đối đáp xôn xao dần lên. Lắng nghe đâu có tiếng mõ tụng kinh chùa nào cúng sớm thế, khuya thế. Hay mõ cúng ông Tà - hòn đá thần tài - trước cửa mỗi nhà. Chủ đã trở lại, người ta cúng cho ông Tà được biết đường trở về.

Mục lục

Biên mục trên xuất bản phẩm của Thư viện Quốc gia Việt Nam

Tô Hoài
Ký ức Đông Dương : Dành cho lứa tuổi trưởng thành / Tô Hoài. - H. : Kim Đồng, 2024. - 192 tr. ; 21 cm
Tên thật tác giả: Nguyễn Sen
ISBN 978-604-2-37793-5

1. Văn học du kí 2. Bút kí 3. Việt Nam
895.92283403 - dc23

KDF5372p-CIP

KÝ ỨC ĐÔNG DƯƠNG

NHÀ XUẤT BẢN KIM ĐỒNG
55 Quang Trung, Q. Hai Bà Trưng, Hà Nội
Điện thoại: (024) 3 943 4730 - 3 942 8632
Website: www.nxbkimdong.com.vn - Email: info@nxbkimdong.com.vn
CHI NHÁNH NXB KIM ĐỒNG TẠI MIỀN TRUNG
102 Ông Ích Khiêm, TP. Đà Nẵng - Điện thoại: (0236) 3 812 335
Email: cnkimdongmt@nxbkimdong.com.vn
CHI NHÁNH NXB KIM ĐỒNG TẠI TP. HỒ CHÍ MINH
248 Cống Quỳnh, Q.1, TP. Hồ Chí Minh
Điện thoại: (028) 3 925 1001 - 3 925 0987
Email: cnkimdong@nxbkimdong.com.vn

Chịu trách nhiệm xuất bản: Giám đốc BÙI TUẤN NGHĨA
Chịu trách nhiệm nội dung: Tổng Biên tập VŨ THỊ QUỲNH LIÊN
Biên tập: NGUYỄN THỊ HƯỜNG LÝ
Trình bày: NGUYỄN KIM ĐIỆP
Chế bản: NGUYỄN THU TRANG
Sửa bài: XUÂN LAN

In và gia công 1.500 bản - Khổ 13 cm x 20,5 cm - Tại Công ty CP In và Văn Hóa Phẩm Hà Nội
Địa chỉ: Thôn An Hạ, xã An Thượng, huyện Hoài Đức, Hà Nội
Số xác nhận đăng kí xuất bản: 1212-2024/CXBIPH/6-113/KĐ cấp ngày 12/04/2024
Quyết định xuất bản số: 2290/QĐKĐ kí ngày 09/07/2024
In xong và nộp lưu chiểu quý 3/2024 - ISBN: 978-604-2-37793-5